मळ्याची माती

आनंद यादव

मेहता पब्लिशिंग हाऊस

MALYACHI MATI by Anand Yadav

मळ्याची माती : आनंद यादव / कविता संग्रह

© स्वाती आनंद यादव,
'भूमी', ५ कलानगर, धनकवडी, पुणे-सातारा रोड, पुणे – ४११ ०४३

प्रकाशक : सुनील अनिल मेहता, मेहता पब्लिशिंग हाऊस,
१९४१ सदाशिव पेठ, माडीवाले कॉलनी, पुणे – ४११ ०३०

मुखपृष्ठ : देविदास पेशवे

प्रकाशनकाल : १९७८ / १९८७ / जुलै, १९९३ / पुनर्मुद्रण : जुलै, २०१०

ISBN 81-7161-264-4

भाई आणि ताई
(श्री. पु. ल. देशपांडे आणि सौ. सुनीता देशपांडे)
यांच्या पवित्र चरणी –
त्यांनी माझी साहित्य-प्रेरणा आणि भावना
जगविली आणि जोपासली.
— आनंद

अगोदरचे चार शब्द

माझ्यातील साहित्यिक पहिली प्रवृत्ती, नंतर माझ्या साहित्यात विखुरलेल्या काव्यात्मतेचा मूळ स्रोत, प्रांजळ आशयनिष्ठा, ग्रामातील ओबडधोबड भिंतीवर कावेच्या आणि चुन्याच्या बोटांनी काढलेल्या दणकट रेखांच्या लोकचित्रकलेसारख्या वाटणाऱ्या सीध्या ग्रामीण रूपात झालेला मराठी ग्रामीण कवितेचा प्रथम आविष्कार, १९५० नंतरच्या भावस्थितिप्रधान, बारीक, नाजूक, हळव्या रेषांच्या आत्ममग्न कवितेच्या काळातही काहीशी वास्तवशील, नाट्यात्म रूप घेणारी कविता, स्वातंत्र्योत्तर काळातील संक्रमणात अपरिहार्यपणे नागर जीवनाकडे खेचल्या जाणाऱ्या एका ग्रामीण कविव्यक्तिमत्त्वाचा दुभंग, या नात्यांनी मला या संग्रहातील कवितेचे विशेष महत्त्व वाटते, म्हणून 'मळ्याची माती' प्रसिद्ध करण्याची इच्छा.

'हिरवे जग' इथे विस्तारले आहे.

लोकशाहीच्या या ग्रामसंस्कृतिप्रधान शेतीनिष्ठ देशात, स्वातंत्र्योत्तरच्या तिशीचाळीशीतही मला या ग्रामीण कवितासंग्रहाला रसिक आस्वादकांसाठी 'शब्दार्थ व स्पष्टीकरणात्मक टीपा' जोडाव्या लागत आहेत, हे या संग्रहाचे व माझे दुर्दैवच. पुढच्या आवृत्तीच्या वेळी या टीपा काढून टाकण्याचे भाग्य 'मराठी' साहित्याला मिळावे इतके ते समृद्ध व्हावे, ही मनोमनीची इच्छा.

डॉ. अनुराधा पोतदार यांनी माझ्या कवितेचा प्रवास माझ्या विद्यार्थि-दशेपासून न्याहाळलेला आहे. त्यामुळे त्यांनी आत्मीयतेने मनोवेधक प्रस्तावना लिहिल्याचा आनंद झाला. त्यांचे माझे स्नेहसंबंध आभारापलीकडचे आहेत. 'सत्यकथा', 'मौज' या नियतकालिकांनी या संग्रहातील अर्ध्या-अधिक कविता पूर्वी प्रसिद्ध केल्या आहेत. त्यांचे ऋणही आभाराने फिटणारे नाही. प्रकाशक श्री. अनिल मेहताही माझे जुने मित्रच. या सर्वांशी मी कृतज्ञ आहे.

आनंद यादव

'माती'चे धन

१९५९ साल होतं ते. गाव कोल्हापूर. खासबागेतल्या एका साध्या बैठ्या घरातली पुढची खोली *(त्या भागात तिला जाबता म्हणत)*. ऐन रस्त्यावर उघडणाऱ्या दारापाशीच, भिंतीचा आडोसा करून ठेवलेल्या खोलीतल्या टेबलावर, एक हस्तलिखित; कवितांचं. हस्तलिखितावर काहीशा किरट्या, तिरप्या अक्षरांत लिहिलं होतं, 'हिरवे जग'; कवी – आनंद यादव. खोलीत माणसं दोन. मी त्या घरातलीच. आणि दुसरे स्वत: कवी आनंद यादव. महाराष्ट्र राज्य स्पर्धेला पाठवण्यासाठी आनंदने आपल्या ग्रामीण कवितांचं ते हस्तलिखित तयार केलं होतं. मला दाखवायला आणलं होतं. आम्ही त्याविषयीच बोलत होतो. खरं तर त्या हस्तलिखितातील अनेक कविता मी आधीच वाचलेल्या होत्या आणि त्यात समाविष्ट न केलेल्या आनंदच्या 'आकाशगीतांच्या' छोट्या छोट्या डायऱ्या तर माझ्या चांगल्या परिचयाच्या होत्या. खासबागेच्या कोपऱ्यावरच असलेल्या गोपाळकृष्ण गोखले कॉलेज, या छोटेखानी कॉलेजमध्ये मी त्या वेळी मराठी शिकवीत होते आणि महाविद्यालयीन शिक्षणाचं पहिलं एक वर्ष रत्नागिरीला घालवून, आनंदही गोखले कॉलेजातच दाखल झाला होता. बी. ए.च्या वर्गात माझा विद्यार्थी होता. वर्गात व्याकरणासारखा नावडता विषयही शिकवावा लागत होता; पण खरं संघटन, खरं साहचर्य जमून येत होतं ते घरातल्या घरात दिलखुलास वाद-संवाद करताना, गोखले कॉलेजच्या मोकळ्या आवारात वावरताना, शेतमळ्यांची हिरवीगार किनार असलेल्या खासबागेपलीकडच्या शांत रस्त्यावरून हिंडताना. आज या सगळ्याला उणीपुरी सतरा वर्षं उलटली. पुढे आनंदच्या याच हस्तलिखिताला महाराष्ट्र शासनाचं पारितोषिकही मिळालं. त्याचं 'हिरवं जग' रसिकांच्या, जाणकारांच्याही मनात रुजलं, वाढीस लागलं. आज सतरा वर्षांनंतर पुन्हा एकदा, त्याच्या पहिल्या संग्रहातील कवितांमध्येच; १९६२ नंतर त्याने लिहिलेल्या निवडक कवितांची भर घालून, 'मळ्याची माती' या नावानं त्याच्या ग्रामीण कवितांचा हा संग्रह रसिकांपुढे येत आहे. आणि जवळजवळ दीड तपानंतर पुन्हा एकदा, हे मनोगत लिहिण्याच्या निमित्ताने, या संग्रहाशी निगडीत होताना मला मनापासून समाधान वाटत आहे.

मध्यंतरीच्या प्रदीर्घ काळामध्ये आनंद यादव हे नाव वाङ्मयीन जगतात चांगलंच परिचित झालं आहे. कवितेकडून गद्यलेखनाकडे यादवांनी आपला मोहरा वळवल्याचं प्रत्यंतर याच काळात ठसठशीत स्वरूपात आलं आणि व्यक्तिचित्रे, कथा व कादंबरी

या वाङ्मय प्रकारांत त्यांनी केलेली निर्मिती, जाणकार रसिकांच्याही गौरवास पात्र झाली. 'मातीखालची माती', 'खळाळ', 'गोतावळा' या यादवांच्या कलाकृती म्हणजे, त्यांच्या वाङ्मयीन प्रवासातील विकासमार्गावरील महत्त्वाचे टप्पेच होते. गद्यनिर्मितीमध्ये यादवांनी आपल्या सर्जनशील शक्ती भरभरून ओतल्या असल्या तरी, कवितेचा त्यांनी निरोप घेतला नाही. 'हिरवे जग' या पहिल्यावहिल्या संग्रहात १९५४ ते १९५९ या कालखंडातील त्यांची निवडक ग्रामीण कविता एकत्रित स्वरूपात रसिकांपुढे आली. १९६२ ते १९७० या काळात ज्या नवीन ग्रामीण कविता त्यांनी लिहिल्या आणि 'सत्यकथे'सारख्या, नवसाहित्याचा पाठपुरावा करणाऱ्या मासिकातून प्रसिद्ध झाल्या, त्यांचा एकत्रित समावेश 'मळ्याची माती' या ताज्या संग्रहात प्रथमच होत आहे.

आनंद यादव हे प्रकृतीने आणि पिंडानेच संवेदनशील वृत्तीचे कवी आहेत. गेल्या काही वर्षांत आपल्या विपुल गद्यलेखनाखेरीज त्यांनी अधूनमधून कविता, आणि ग्रामीण कविताही लिहिल्या. हेच फक्त त्यांच्या वृत्तीचे गमक खास नव्हे; तर कविवृत्तीची संवेदनक्षमता आणि अंतर्मुखताही त्यांच्या वाङ्मयीन व्यक्तिमत्त्वात नि:संशय आहेच, त्याबरोबर स्वत:च स्वत:ला काहीसे अलग करून, स्वानुभवालाही नाट्यरूप देऊन, वर्डस्वर्थच्या या अतिपरिचित व्याख्येप्रमाणे, उत्कट अनुभवांनाही काहीसे दुरून, अलिप्त आत्मीयतेने न्याहाळत, प्रत्यक्ष त्यांच्या आवर्तात भिरभिरत असतानाच नव्हे; तर कालांतराने समधानतेच्या निवांत क्षणी, त्यांचे मनोमन पुनरुज्जीवन करण्याची क्षमताही त्यांना लाभली आहे. 'मातीखालची माती' व 'खळाळ' या व्यक्तिचित्र - कथासंग्रहातून आणि 'गोतावळा'सारख्या कादंबरीतून, त्यांच्या या उभयविध प्रवृत्तींची प्रचीती उत्कटपणे येते. आत्मनिष्ठा आणि वस्तुनिष्ठा यांचा असा हा बेमालूम मिलाफ झाल्यानेच की काय, कवितेपासून आरंभ करूनही आज ते गद्यलेखक, कथा-कादंबरीकार म्हणूनही यशस्वी झालेले दिसतात. 'गोतावळा' या आपल्या कादंबरीतील शेतमळ्यांचा, गुराढोरांचा, कुत्र्याकोंबड्यांचा जिवाभावाचा गोतावळा हळूहळू पारखा होत असताना, पोरका... पोरका होत गेलेल्या भाबड्या नारबाची ही व्यथा, यादवांना एरव्ही ग्रामीण जीवनाचा प्रत्यक्ष अनुभव असतानाही अशी आणि इतकी साकार करता आलीच असती, असे नाही.

यादवांची ही ग्रामीण कविता, तिचे वेगळेपण आणि तिची अंगभूत वैशिष्ट्ये यांचा परामर्श व आस्वाद घेण्यापूर्वी दोन गोष्टींचा विचार करणे मला आवश्यक वाटते. यादवांच्या वाङ्मयीन व्यक्तिमत्त्वाची घडण, त्यांच्यावरील संस्कार, त्यांच्या

अनुभवाचे स्वरूप आणि त्यांच्या विकासमार्गातील टप्पे यांचा थोडासा मागोवा प्रथम घ्यावयास हवा. त्या पार्श्वभूमीवर यादवांच्या ग्रामीण कवितेचे स्वरूप अधिक साक्षेपाने न्याहाळता येईल.

यादवांनी आपल्या पहिल्यावहिल्या गद्यकृतीला – व्यक्तिचित्र संग्रहाला, नाव दिलं 'मातीखालची माती'; त्यांच्या ग्रामीण कवितांच्या या ताज्या संग्रहालाही त्यांनी नाव दिलं आहे, 'मळ्याची माती'. ही माती यादवांच्या साहित्यात बाहेरून, उपरेपणाने आलेली नाही. कारण निखळ सच्चेपणाने व ताकदीने ती तशी बाहेरून येऊ शकत नाही. या मातीतच त्यांची मुळं रुजली आहेत. या मातीतच त्यांचे पाय रोवले आहेत. म्हणूनच या मातीचा गंध, तिची धग आणि तिच्या पोटातला गारवाही यादवांच्या ग्रामीण साहित्यात भरून राहिला आहे.

यादवांचा जन्म कोल्हापूरजवळ कागल येथे शेतकरी कुटुंबात झाला. घरी शेती होती; पण ती स्वत:ची नव्हती. आई-वडिलांकडून दोन्ही घराणी अशिक्षित, गरीब, दुसऱ्याची शेती फाळ्याने करून, हातावर पोट भरत खडतर, रोजगारी जीवन जगणारी. अशा कष्टकरी कुटुंबातल्या बारा मुलांमध्ये यादवांचा क्रम तिसरा. मुलांतला मोठा मुलगा म्हणून वडिलांनी प्रथम हुरूपाने शाळेत तर घातले; पण पुढे मळ्यात म्हशी राखायला, उसाला पाणी पाजायला कुणी नाही, म्हणून मराठी पाचवीतच शाळेतून काढून वडिलांनीच हातात म्हसरांची काठी दिली! हे सारे मुलुखावेगळे नव्हते, परंपरेला धरूनच होते; पण शाळेतल्या त्या ५-७ वर्षांतही जी कमाई झाली ती थोडीथोडकी नव्हती. वाचनाची, चित्रकलेची आवड उपजली होती आणि क्रमिक पुस्तकातील कविता चालीवर साभिनय म्हणण्याचा, नकला, नाट्यछटा करण्याचा, पोवाडे, गाणी म्हणण्याचाही नाद जडला होता. सुदैवाने शाळेतही कवितेची आवड असणारे, कविता करणारे, ती गोड गळ्यानं चालीवर म्हणणारे शिक्षकही लाभले. त्यांनीही या शिष्याच्या साभिनय पाठांतराचे कौतुक केले. आज जाणवते की विद्यार्थिदशेत नकला, नाट्यछटा करताना, दुसऱ्याच्या भूमिकेत शिरून त्याचे सोंग वटवण्याचे जे धडे यादवांनी गिरवले, त्यामध्येच त्यांच्या नाट्यात्मक प्रतिभेचं बीज होतं, यात शंका नाही. उघड्या निर्मनुष्य माळावर एकट्यानेच म्हशी राखताना, आवडलेल्या कविता, गाणी मुक्तपणे, मोठ्याने म्हणण्याचा नादही जडला. मनोमन जसा वाटे, तसा अनुरूप अभिनयही स्वत:शीच घडवला जाऊ लागला. या माळावरच स्वत:च स्वत:ची सोबत करताना अनेक कवितांच्या, गीतांच्या परोपरीच्या चालींनी

आठ

त्यांचं नादिष्ट मन वेडावून गेलं आणि त्या वेडातूनच बघता बघता अत्यंत सहजपणे त्यांच्या स्वत:च्या कवितेचा जन्म झाला! कविता, गाणी म्हणण्याच्या या नादातूनच हळूहळू स्वत:ची शब्दरचना, स्वत:ला हव्या त्या चालीवर ते करू लागले. वास्तविक, 'मळ्याची माती' या संग्रहातून आपल्यापुढे येणारी यादवांची बहुतेक कविता मुक्तछंदात्मक स्वरूपाची, काहीशी गद्यप्राय अशीच आहे. परंतु या कवितेचा जन्म झाला तो मात्र लयीच्या, नादाच्या, छंदाच्या तालावर! याच काळात शाळेतील सौंदलगेकर गुरुजींच्या सक्रीय उत्तेजनाने कवितांचे वाचनही वाढीस लागले होते.

यादवांच्या या विकसनशील काळात, रविकिरण मंडळ अद्याप इतिहासजमा झालेलं नव्हतं. रविकिरण मंडळातील कवि यशवंत, गिरीश यांचा प्रभाव, ग्रामीण जीवनातून आलेल्या यादवांच्या उमलत्या मनावर पडल्यास नवल नाही. पृथगात्म प्रकृतीचे भावगीतकवी तांबे आणि झेंडूच्या फुलांच्या रूपाने विडंबन कवितेचा नवा बहर मराठी काव्यात फुलवणारे प्र. के. अत्रे, यांच्या कविताही याच काळात त्यांच्या वाचनात आल्या. या वाचनाचा कोणताही सखोल व स्थायी स्वरूपाचा परिणाम यादवांच्या कविप्रकृतीवर झाला असावा, असे वाटत नाही. या वाचनांतून त्यांचे आंतरिक काव्यप्रेम मात्र वाढीस लागले. अनुकरणात्मक स्वरूपाचे काही लेखनही झाले. उदा. झेंडूची फुले वाचून काही विडंबनपर प्रयोगही आपण केले असल्याची आठवण ते आजही सांगतात. काव्यनिर्मितीची त्यांची अंतस्थ ऊर्मी व प्रेरणा या वाचनातून अधिकच उत्कट व दृढ झाली असल्यास नवल नाही. मळ्यातल्या मातीवरच यादवांचा पिंड पोसलेला होता. त्या मातीतच त्यांची मुळे रुजलेली होती. त्याच काळ्या मातीतून पोटरीतल्या कणसासारख्या तरारून वर आलेल्या त्यांच्या अनुभवांना यशवंत-गिरीशांची ग्रामीण कविता वाचून आविष्कारांची ओढ लागली असल्यास ते स्वाभाविक होते. एकदोन वर्षांच्या खंडानंतर त्यांचे शालेय आयुष्य पुन्हा सुरू झाले आणि शाळेच्या शेवटच्या १-२ वर्षांमध्ये; म्हणजे १९५४-५५ साली ग. ल. ठोकळांनी संपादित केलेल्या 'सुगी' या संग्रहातील ग्रामीण कविताही त्यांच्या वाचनात आल्या. यशवंत-गिरीशांच्या जानपद-कविता आणि 'सुगी' या संग्रहातील ग्रामीण कविता अधिक परिपक्व जाणिवेने वाचताना यादवांना एक सूक्ष्म असमाधान जाणवू लागलं. या काव्यांतून व्यक्त झालेले जानपद जीवन आणि ग्रामीण मन यांतील वरपांगी उपरेपणा आणि अपूर्णता त्यांना अंतर्यामी जाणवल्यावाचून, सलल्यावाचून राहिली नाही. त्यांनी स्वत: जे अनुभवले होते ते निखालसपणे अस्सल आणि सच्चे होते. या आत्मानुभूतीमधून, आत्मप्रचीतीमधून, तथाकथित ग्रामीण

काव्याचे उसने व्याजस्वरूप, त्यातील त्रुटी त्यांना खोलवर जाणवल्या. त्यांच्या अंतर्मनात अभावितपणेच या अपुरेपणाची, उणेपणाची नोंद झाली असल्यास नवल नाही. या कवितेतील ग्रामीण जीवन खरे वाटत नाही, आपले वाटत नाही. इथे एकाच वेळी अनेक ऋतू शेतात आलेले दिसतात. 'मोटेवरची गाणी' आणि 'न्याहारीचा वकूतही' खरा वाटत नाही. हे सारं व्यक्त करणारी भाषाही खरी भाषा नाही. त्या सच्च्या अनुभवांची सच्ची भाषा नाही, हे त्यांच्यातील अपरिपक्व, वाढाळू कविमनाने नकळतच टिपले होते!

आजवर महत्त्व वाटले होते, जाण आली होती ती वृत्तादिकांची. अलंकारांची. आता किर्लोस्कर, स्त्री, मनोहर, नवयुग यांसारख्या शाळेत हाती येणाऱ्या नियतकालिकांमधून मुक्तछंदात्मक कवितेची नवी नवलाईही यादवांच्या ओळखीची झाली, मनात भरली. अनिल, मुक्तिबोधांची मुक्तछंदातील कविता वाचून आणि मराठीच्या शिक्षकांकडून समजावून घेऊन, त्यांना जणू नवी जाण आली की, वृत्तमात्रादिकांचे अडसर बाजूला सारून कविता अशीही प्रकट होते, किंबहुना या मुक्त स्वरूपातच ती अधिक सहजपणे व्यक्त होते. परिणामी; शालेय जीवनाच्या या शेवटच्या पर्वात यादवांनी आपली बहुतेक ग्रामीण कविता मुक्तछंदातच लिहिली. 'हिरवे जग' या पहिल्याच संग्रहात यातील बहुतेक कविता समाविष्ट झाली आहे.

– घरचे खडतर दारिद्र्य तर भोगावे लागतच होते. तसेच निकराने शाळेचे शिक्षण पूर्ण केले तर मास्तरची सुखाची नोकरी तरी करता येईल, असे स्वप्न या संवेदनशील नवयुवकाच्या मनापुढे तरळत होते. शाळेत भटा-बामणांच्या मुलांचे स्वच्छ कपडे, त्यांचे हसणे, खिदळणे, खेळणे, गप्पा मारणे, शुद्ध बोलणे हे सारे पाहून, मधूनच भारी एकलकोंडे, उदास वाटे. स्वत:च्या उणेपणाच्या, न्यूनगंडाच्या भावनेने हे एकटेपण वाढतच गेले. आपल्याला समजून घेणारे कोणी नाही, आई-वडील, मित्रही आपले नाहीत, आपले आपणच; या व्यथागर्भ जाणिवेने यादवांचे नवतरुण मन कवितेकडे अधिकच तीव्रपणे वळले. 'शरीरप्रकृतीने अधू, मनाने हळवे असे आपण एक दुबळे मूल असल्याने, समवयस्क मित्रांच्या कुचेष्टेला कंटाळून आपण सभोवतीच्या निसर्गाकडे अधिकच उत्कटपणे खेचले गेलो, त्यातूनच आपलं निसर्गप्रेम, निसर्गकविताही जन्मास आली' अशी कविवर्य बोरकरांनी सांगितलेली हृद्य आठवण इथे आठवल्यावाचून राहात नाही. या व्यथित, एकाकी मन:स्थितीत यादवांचे बाल्य, त्यांचे नवतारुण्य जणू एकाएकी संपुष्टात आले. फार लवकर ते मोठे झाले, प्रौढ झाले, नव्हे तसे व्हावे

लागले. वय वाढत होते, तसतशी शेतातील अधिकाधिक जबाबदारीची, कष्टांची कामं अंगावर पडत होती, मन कोळपून जात होते. अंतर्मुख, एकटे होत होते. शेतात, मळ्यांत राबत असताना, घरात वावरत असताना भावनाप्रधान मनाला भिडणारे, सलणारे सारे भलेबुरे अनुभव, स्वत:शी बोलावे तसे कवितेत व्यक्त होत होते. स्वानुभवाबरोबर सभोवती दिसणारे शेजाऱ्यापाजाऱ्यांचे जग, त्यातले अनुभव मन अलगद टिपत होते, कवितेत साकार होत होते. अशी ही पहिली कविता शाळेत दहावी-अकरावीत असताना १९५४-५५ साली लिहिली गेली. असे निर्माण झाले यादवांचे हिरवे जग! खरे आणि रसरसते!!

एस्.एस्.सी.ची परीक्षा तर पदरात पडली! घराजवळच गल्लीत, बेचाळीसच्या आंदोलनातील एक लहानसे कार्यकर्ते विष्णोबा सणगर हे राहात. वर्तमानपत्रांचं त्यांना वेड. त्यांच्या घरी रात्री बसून नवयुग, भूदान, साधना, लोकसत्ता इ. हाती पडतील ती वृत्तपत्रं व पुस्तकं यादवांनी वाचून काढली. विनोबांच्या विचारांनी ते प्रभावित झाले आणि भूदानात, सर्वोदयात सामील होण्याच्या उत्कट इच्छेने, शेवटी कागलचे घर सोडून रत्नागिरीला सर्वोदय छात्रालयात येऊन दाखल झाले! कॉलेजचे शिक्षणही तिथेच सुरू झाले. ते १९५५ साल होते. रत्नागिरीला मराठीचे प्राध्यापक रा. वा. चिटणीस यांच्या प्रोत्साहनाने आणि मार्गदर्शनाने कवितेचे वाचन वाढत गेले. मंगेश पाडगावकर, विंदा करंदीकर, वसंत बापट, इंदिरा संत, य. द. भावे या ताज्या दमाच्या नामवंत कवींच्या कविता पुन:पुन्हा वाचल्या, मनात रिचल्या. पु. शि. रेगे आणि बा. सी. मर्ढेकर यांच्या कविताही पुऱ्या समजल्या नसल्या तरी मन:पूर्वक, ध्यासाहव्यासाने वाचून काढल्या. 'सत्यकथा' या नवसाहित्यातील अग्रेसर मासिकाचे वाचनही नियमित होऊ लागले. सर्वच नवसाहित्याचा, नवकवितेचा पुरता उमज पडत नसला; तरी त्यामागील भूमिका स्वागतशील मनाला जाणवत होती, पटत होती, भावना आकळत होत्या, नव्या आशयासाठी योजिलेल्या नव्या शब्दकळेचा, नव्या प्रतिमांचाही उत्कट परिणाम उत्सुक मनावर होत होता. या नव्या आविष्कारातूनच निर्माण होणाऱ्या नव्या वाटा-वळणांची ओळखही नव्याने होत होती. त्यातूनच यादवांचा कविपिंड घडत होता. यादवांच्या काव्यात्म व्यक्तिमत्त्वाच्या घडणीच्या दृष्टीने, रत्नागिरीचा हा काळ नि:संशय फार महत्त्वाचा होता. पंख फुटलेल्या पाखराला विस्तीर्ण आभाळ पाहून किती उडू आणि किती नको असे व्हावे, तसे या काव्यविश्वात त्यांचे अधीरे, संस्कारक्षम मन एका उत्कट ध्यासाहव्यासाने भिरभिरत

होते. सभोवतीचे नवनवे संस्कार आत्मसात करीत असतानाच, अंतर्यामी स्वत:चा पिंड, स्वत:ची कविप्रकृतीही ओळखू लागले होते. उफाळत्या भावनांच्या या काळात, यादवांनी कितीतरी भावकविता लिहिल्या. त्या ग्रामीण कविता नव्हत्या आणि ग्रामीण भाषेत लिहिलेल्याही नव्हत्या. त्यांच्या तरुण मनाच्या व्यथा-वेदना, ओढ-लागणी यांना वाचा फोडणाऱ्या ह्या उत्कट व उत्स्फूर्त कविता म्हणजे त्या काळातील कवीच्या आत्ममग्न भावनांचाच तीव्र आविष्कार होता. आजही त्यांनी तो स्वत:पाशीच जपलेला आहे... घर, गाव दुरावले असले तरी ओढ संपलेली नव्हती. ती रक्ताची जुनी ओढ आणि आभाळात उडू पाहणाऱ्या पाखराची ही नवी ओढ या ओढाताणीत काहीसे दुभंगलेले एक तरुण संवेदनशील व्यक्तिमत्त्व हळूहळू आपली वाट शोधत होते.

रत्नागिरीहून यादव कोल्हापूरच्या गोखले कॉलेजात १९५६ साली दाखल झाले. कविपिंड घडतच होता. संस्कार होत होते, जाग येत होती. सत्यकथेतील नव्या कवितेच्या व नव्या समीक्षेच्या जागरूक वाचनाने, आता कवितेकडे पाहण्याची दृष्टीही पालटत होती. ही दृष्टी वास्तवाला अधिक सन्मुख होणारी, त्याच्या अधिक जवळ जाणारी होती. मळ्यातल्या मातीचा गंध अजूनही ताजा होता. तो गंध पुन्हा एकदा कवितेत उतरू लागला. कवितेकडे आणि अनुभवाकडे पाहाण्याच्या या पालटलेल्या वृत्तीने नवी ग्रामीण कविता जन्माला आली. ती बहुतांशी ग्रामीण भाषेतच लिहिलेली होती. या संग्रहातील ४० क्रमांकानंतरच्या कविता या १९६२ ते ७० या काळात लिहिलेल्या आहेत. १९६१पासूनच पंढरपूर-पुण्यासारख्या शहरगावी प्राध्यापकी पेशाला सुरुवात झाली होती. आता मात्र आपल्या शेतीमातीला आपण कायमचे पारखे होणार, घरादारापासून शरीरानेच नव्हे तर मनानेही दुरावणार, पांढरपेशे होऊन मध्यमवर्गीय आयुष्याच्या नोकरीच्या चाकोरीत अडकून पडणार... ही आतआतली व्यथा कुठेतरी काळीज कुरतडत होती. त्या व्यथेने व गावाकडच्या आठवणींनी व्याकूळ मनाची जी घालमेल यादवांनी गेल्या अनेक वर्षांत परोपरीने अनुभवली, तिचाच आविष्कार प्रामुख्याने यानंतरच्या कवितेत झाला आहे. मूळचे ग्रामीण जीवन, त्यात वाढलेला गावरान पिंड आणि नंतरचे पांढरपेशी, बुद्धिजीवी, प्राध्यापकी जीवन, या संकरामधूनच एक वेगळेच संमिश्र, संकुल व्यक्तिमत्त्व घडत होते – मनाची ओढ दोन्हीकडे होती आणि कुठेही एकीकडे जीव पुरता रमत नव्हता; अजूनही रमत नाही. अंतर्यामीची ही विलक्षण ओढाताण आजही संपलेली नाही. तिचेच उत्कट प्रतिबिंब यादवांच्या साहित्यात परोपरीने पडले आहे – पुन्हा एकदा

बारा

वाटते, हे असे नसते तर 'गोतावळ्यातील' नारबाची व्यथा यादवांना अशी आणि इतकी जिवंत करता आली नसती. कारण आपल्या गोतावळ्याला पारख्या होणाऱ्या भाबड्या नारबाची व्यथा ही कुठेतरी यादवांचीही व्यथा आहे – या संमिश्र अनुभूतीचे, ओढाताणीचे प्रतिबिंब केवळ भावस्वरूपात यादवांच्या कवितेत पडले असे नाही; तर त्यांनी वापरलेली भाषा, प्रतिमा यांच्या योजनेतही तिचाच प्रत्यय आल्याखेरीज राहाणार नाही. ग्रामीण भाषा जन्मापासून जगलेल्या यादवांना जानपद बोली हा त्या जीवनाचा आणि त्याच्या अभिव्यक्तीचा नेहमीच एक अपरिहार्य, अविभाज्य भाग वाटला, म्हणूनच ही ग्रामीण बोली - कागल, कोल्हापूरकडली - त्यांच्या साहित्यात केवळ बाह्यात्कारी अलंकारापुरती, चविष्ट, खमंग रुचिपालटापुरती कधीच आलेली नाही. ती ग्रामीण बोली केवळ त्यांच्या पात्रांची बोली नाही तर त्यांच्या अनुभवांचीच खरी भाषा आहे. जीवनातल्या नानाविध स्थित्यंतरामध्ये कवीने बरेच काही मिळवले आणि फार काही गमावलेही; पण रक्ताच्या प्रेरणेनेच लाभलेले मूळ भाषेचे हे साहचर्य त्यांच्या कवितेने मात्र कधीच सोडलेले नाही, गमावलेले नाही.

'कविता हे अनुभवाच्या वृक्षावरचे फळ आहे. जन्माला येऊ पाहाण्याची तिची अनावर ओढ हीच तिच्या अस्तित्वाची खूण. बाकीचे उपरे उपाय सगळे खोटे किंवा बाह्य आहेत. त्यांचा विचार करायचा नसतो. मी माझ्या अनुभवातून कवितेला जन्म देतो, वेगळे काही साधण्याचा बाह्य प्रयत्न मी करीत नाही. ती कविता आपोआपच वेगळी होत असेल तर ते माझ्या हातात नाही. माझ्या अनुभवक्षेत्राचा तो अपरिहार्य परिणाम आहे. केवळ प्रयोग म्हणून काव्यबाह्य जाणिवेने मी काही केले नाही.'*

'मळ्यातील मातीचा' गंध हुंगण्यापूर्वी यादवांनी स्वत:ची काव्यविषयक भूमिका स्पष्ट करताना काढलेले हे प्रांजळ उद्गार रसिकाला नि:संशय साहाय्यप्रद ठरतील. यादवांच्या या ग्रामीण कवितेतील अकृत्रिम सहजतेचे मर्म त्यांच्या या उद्गारातच साठवलेले आहे. गेल्या पाचएक दशकांपासून लिहिल्या गेलेल्या कोणत्याही 'जानपद' काव्याला न लाभलेले आत्मानुभवाचे आणि आत्मप्रत्ययाचे अंगभूत बळ, यादवांच्या ग्रामीण कवितेला सहजगत्याच लाभले आहे. अर्थात सच्च्या अनुभूतीचाही आविष्कार नेहमीच सचेतन आणि अस्सल कलात्मक स्वरूपात होतोच असे नाही. समर्थ व सच्ची अनुभूतीही काव्यरूप पावताना कलात्मक पातळीवर चढावी लागते. आणि त्यासाठी प्रचीतीच्या खरेपणाबरोबरच स्वानुभवाकडे पाहातानाही एक कलात्मक

---

* मराठी कविता आणि आजचे कवी : परिसंवाद : प्रतिष्ठान : डिसेंबर १९६६.

तेरा

अलिप्तता कलावंतांच्या ठिकाणी असावी लागते; आश्चर्य असे की, ही कलात्मक अलिप्तता कवितेमधील अनुभवाच्या आंतरिक तादात्म्याला, एकतानतेला कोणताही बाध आणत नाही.

'मळ्याची माती' या संग्रहाचे कालदृष्ट्या पाहिले तर सरळ दोन भाग पडतात. या संग्रहातील पहिल्या तीसएक कविता १९६० पूर्वीच्या असून, 'हिरवे जग' या संग्रहातून त्या रसिकांपुढे यापूर्वीच आल्या होत्या. त्यानंतरच्या कविता या सामान्यत: १९६७ ते ७० यानंतरच्या कालखंडातील आहेत. यादव स्वत:च म्हणतात त्यानुसार, 'हिरवे जग'मधील कविता या त्यांच्या संपूर्ण ग्रामीण व्यक्तिमत्वाचाच आविष्कार होय. यातील अनेक कविता कधी शेतात मोट मारताना, कधी उसाला पाणी पाजताना, गवत कापताना, पावसात पेरणी करताना, तर कधी खोपीत राखणीसाठी एकट्यानेच बसलेले असताना त्यांनी सहज उत्स्फूर्तपणे केलेल्या आहेत. स्वत:चे आणि इतरांचेही, केवळ खरेखुरे ग्रामीण जीवन रेखाटावे, हीच या कवितेमागची एकमेव आणि अभावित प्रेरणा होती. स्वत: कवीलाही त्या आरंभकाळात ती पुरतेपणाने आढळली असेल, असे वाटत नाही. *(कदाचित या कवितेमधील ताजेपणाचे, अकृत्रिम, गावरान स्वाभाविकतेचे गमकही यात असेल.)* परंतु अभावित आणि अस्फुट असली तरी ही प्रेरणा नि:संशय उत्कट होती, उदंड होती. तीच कवीला बोलायला लावीत होती. दुसरी लक्षणीय गोष्ट अशी की, त्या पहिल्यावहिल्या काळातही ही कविता कुणाच्याही परिणामाच्या छायेत प्रत्यक्षाप्रत्यक्षपणेही वावरत नव्हती. किंबहुना, आरंभीच उल्लेखिलेल्याप्रमाणे लगतच्या पूर्वकाळातील उपरी व अपुरी जानपद कविता वाचून यादवांची जी अस्वस्थ व असमाधानाची प्रतिक्रिया झाली तिचाच उत्स्फूर्त आविष्कार म्हणजे अगदी विद्यार्थिदशेत, वयाच्या ऐन विशीत केलेली त्यांची स्वत:ची कविता होय. या कवितेला तिचे स्वत:चे भावविश्व होते – कवीने स्वत: अनुभवलेले, सभोवती पाहिलेले, त्याच्या जीवनाचा आणि व्यक्तिमत्त्वाचाही अविभाज्य भाग असलेले! शेतीमातीच्या गंधात गुंगत असताना, बोरीबाभळीच्या रानातून वावरताना, यौवनाच्या सीमेवर उभ्या असलेल्या या संवेदनशील, चतुर युवकाने जे जे पाहिले, ऐकले, मनोमन जाणले आणि प्रत्यक्ष अनुभवले ते ते सारे या आरंभीच्या कवितेत अगदी ताजेपणाने अलगद उतरले आहे. शेतात रात्रंदिवस राबणारा, निढळाच्या घामाने काळी आई भिजवणारा, आपलं इमान खडतर दारिद्र्यातही सांभाळणारा प्रामाणिक शेतकरी. त्याची प्रेमळ, भोळी, कष्टाळू कारभारीण आणि त्यांनी फुलवलेले त्यांच्या भोवतालचे हिरवे जग हेच यादवांच्या या सुरुवातीच्या

कवितांचे विश्व आहे. नवथर वयातही यादवांनी आपल्या कवितांमधून चित्रीत केलेले, हृद्य, वेधक प्रसंगातून, नेमके गाभ्याशीच पकडलेले हे जीवन म्हणजे, अविरत श्रमांची एक हृदयस्पर्शी कहाणी आहे. स्वत: अर्धपोटी राहून पोटच्या पोरासाठी, त्याला अंगावर वाढवणाऱ्या आपल्या कारभारणीसाठी, स्वत:चा घास काढून ठेवणाऱ्या कंगाल पण अंत:करणाने श्रीमंत, रसिक आणि समाधानी अशा शेतकरी-राजाचे ते हाडामांसाच्या माणसासारखं खरंखुरं जीवन आहे. खडतर दारिद्र्य आणि उरीपोटी कष्ट इथे पाचवीलाच पुजले असले आणि स्वत:संबंधी नव्हे *(कारण स्वत:चं मन मारावंच लागतं)* पण स्वत:च्या मुलाबाळांसंबंधीच्या तीव्र विषादापोटी मात्र,

> *"आमास्नीबी लई वाटतंया*
> *पोरांस्नी शिकवावं असं*
> *पर मागं पोटापाण्याचं*
> *सदा न कदा लागतंय पिसं*

> *आमांला काय इनामं हाईत?*
> *लंगुटीएवढीबी न्हाई पट्टी!*
> *न्हेतावं दीस कसंतरी ढकलत*
> *अहो, आमच्या नशिबी शेणाचीच पाटी!"*

असे तळतळाटाचे उद्गार क्वचित बाहेर पडले, तरी या अनुभवांच्या पाठीशी, मूळ वृत्तीतच असलेली आणि परिस्थितीने अधिकच दृढ झालेली गाढ स्वीकारशीलताही आहे. आणि या स्वीकारशीलतेमध्ये केवळ अगतिकतेची कडवट बोच नसून, मूर्तिमंत दारिद्र्यही साजरं करणारी, गोड करून घेणारी जातिवंत, समाधानी, धीराची वृत्तीही आहे. या वृत्तीचे या कवितांमधून येणारे प्रत्यंतर जितके हृद्य आणि लोभस आहे, तितकेच नवथर वयातही कवीला लाभलेल्या या प्रौढ जाणिवेचे व समजशक्तीचे दर्शन मनाला विस्मित करून सोडणारे आहे. 'बाईमाणूस' कवितेतील हा प्रेमळ पण करारी धनी पहा – 'लावत जा रोज कुकू आणून कसंबी; न्हाईतर लावीन खुरपं मारून' असं आरंभीच आपल्या धनिणीला मोठ्या कडवेपणानं बजावतो; पण त्याच्या खऱ्या प्रेमळपणाची श्रीमंती –

“मला नगं आता भाकरी
आत्ताच प्यालोय मी पाणी.
तूच खा पोट भरूनशान
थानचं मूल हाय सोन्यावाणी!”

या साध्या, भावगर्भ उद्‌गारात कशी भरून राहिली आहे! पोराबाळांच्या मुखात सणासुदीला तरी गोड घास पडावा, म्हणून आपल्या कारभारणीला, जळणाचं निमित्त काढून, भर उन्हात मळ्यातल्या कोवळ्या काकड्या, वांगी *(माळवं)* न्यायला येण्यासाठी सांगणारा हा गरीब शेतगडी पाहा. शेती त्याची स्वत:ची नाही. तो तर रोजगारीने राबणारा कामकरी. हे माळवं तिने बेतानं भटा-बामणाच्या घरी विकून टाकावं, म्हणजे मुलांच्या मुखात गोड घास तरी पडेल, हा त्याचा अंतर्यामीचा हेतू. पण “पर सारजे, ही चोरी देवाघरी हुईल का रुजू? – पोराबाळांस्नीच घाल सण! आम्ही कणी-कोंडाच खाऊन जगू.” हे त्याच्या साशंक, अपराधी मनाचे उद्‌गार जिवाला भिडणारे आहेत. ‘गौरीचा सण’ आल्यावरही ‘दंडाला एक चोळी’ घेण्यासाठी त्याच्या कारभारणीला केवढातरी हिशेब करावा लागतो! ‘तळची भाकर’ ही यादवांची एक सुरेख कविता. या खडतर दारिद्र्यातही उरलेलं शेतकऱ्याच्या घरचं वैभव म्हणजे संसारात साथ करणाऱ्या दोन जीवांचं एकमेकांवरचं प्रेम! ही सर्वच कविता मोठी लोभस, लाघवी अन् बोलकी आहे. आपल्या नवऱ्याच्या खाण्यापिण्याची आबाळ होते म्हणून खंतावलेली त्याची शहाणी कारभारीण काय युक्ती करते बरं? न्याहारीला त्यानं उशिरा यावं नि तळची भाकर उचलावी आणि तिच्या ‘पापडाखालचं लोणी, सांडगं खावा अगुदर’ ही तिच्या प्रेमाची रीत. घरातल्या जाचातही चोरून केलेल्या प्रेमाची ही तऱ्हा जितकी वास्तव, तितकीच जीवनाला भिडलेली, हृदयस्पर्शी! ग्रामीण काव्यात घोळून घोळून आळवलेल्या मोटेवरच्या खुमासदार प्रणयगीतांपेक्षा आणि शेतातल्या न्याहरीच्या चवीचवीनं म्हटलेल्या गाण्यांपेक्षा, ही घरगुती प्रेमाची घरगुती रीत किती वेगळी, किती खरी! दहावी-अकरावीत असताना वयाच्या १७-१८व्या वर्षी यादवांनी ही ‘तळची भाकर’ पाहिली, ही प्रेमाची रीत न्याहाळली हेच केवढे अपरूप आहे! *(या कवितेतली शेवटची ओळ मात्र कवीच्या नवथर वयातली अपुरी जाण सुचवल्यावाचून रहात नाही!)* शेतातल्या चटणी-भाकरीची अंगतपंगतही यादवांनी वर्णिली आहे. ‘रवंथ करणाऱ्या पाण्यातल्या रेड्यागत दमून बसलीया निवांत दुपार’ ही सुरुवातीची वास्तवदर्शी उपमाच त्या शेतमळ्यातल्या जगात

सोळा

आपल्याला अलगद घेऊन जाते आणि तिथं काय दिसतं? ‘पेंगणाऱ्या आंब्याच्या सावलीत, घोंगड्यावर बसल्यात राजाराणी, दोघांच्या पुढ्यात हाय पडलेली, धोतराच्या फडक्यात भाकरी-चटणी!’ या चटणीभाकरीत तरण्या प्रीतीचं अमृत मिसळतानाही त्यांनी पाहिलं आहे. वाटेवर आडव्या येणाऱ्या नतद्रष्टाला ‘असा वाटंवर का आडवा येतोस! तीन वरसाचं तुटकं घातलंय मी पायाला’ असं बजावणारी संसारी तरुण स्त्री; तोच पश्चात्तापाने तिच्या पाया पडू लागल्यावर, ‘नका, नका दाजीबा रडू असं; दुसऱ्याच्या धरू नयेत बाया’ म्हणून कळवळून सांगते? ज्या हिरव्या जगात त्यांचा हा कष्टाळू शेतकरी आपल्या कारभारणीसंगट राबतो आहे, परस्परांच्या जवळीकीचा, प्रेमाचा गोडवा चाखतो आहे, हे हिरवं जग फुलवताना मात्र, त्याला घाम नव्हे तर रक्त गाळावं लागतं. ‘कसं हाय हे हिरवं जग! किती दिसतंय गुलजार! लांबनंच बघताना डोळं भरून, जीव हुतोय सुखानं बेजार!’ असं कौतुक भरभरून दाटलं तरी ‘भुईमुगाच्या गार जाळ्या ही रसरसलेली गाजरं, ही पिकवताना जात्यात तोंडात मातीचं तोबरं!’ हेही सांगायला विसरत नाही. हे हिरवं जग दिसामासानं कसं पालटतं याचं चित्र यादवांनी आपल्या शब्दातून असं उभं केलं आहे की, ते सारं ऋतुचक्र डोळ्यांपुढं मूर्तिमंत उभं रहावं! पावसाची वाट पहाण्यातलं कारुण्य आणि शेतं पिकल्यावर फुललेला आनंद ते सारख्याच तन्मयतेनं टिपून घेतात. त्यांचा निसर्गही जणू शेतकऱ्याचंच जीवन जगतो! दमून घरी परत आलेली रात्र काळ्या पदराआडून चांदचिमणी आणते. मातीच्या घागरीतल्या गार गार पाण्यासारखी थंडी पडते. आणि नदीकाठावर पांढरी पहाट धोतर नेसून न्हालेल्या गरतीवाणी उपासात असल्यासारखी दिसते. ठसठशीत, जिवंत चित्रं आपल्या डोळ्यांपुढून जणू सरकत जातात. मोटेवरच्या प्रणयाला आणि शेतातल्या न्याहारीला शेतकऱ्याच्या जीवनात स्थान नाही, असं कोण म्हणेल? ते सारं त्याच्या जीवनाचंच अंग आहे, पण ते आणि तेवढंच नव्हे. अवघं ग्रामीण जीवन आपल्या कवितेत कवेत घेतलं आहे असा या कवीचाही दावा नसावा, पण सुखदु:खाची, आशा-निराशेची, आनंद-कारुण्याची सरमिसळ होऊन, या दोहोंच्या पलीकडचं एक खोल समाधान व गाढ स्वीकारशीलता यांनी संपन्न झालेलं वास्तव जीवनाचं एक अस्सल आणि विलोभनीय असं सम्यक्‌दर्शन यादवांच्या कवितेत सर्वत्र आढळतं. कोणताही अट्टाहास व उसना आविर्भाव न आणता आणि व्याज-काव्यात्मतेच्या भरीला न पडणाऱ्या अनुभवाच्या गाभ्याला नेमका स्पर्श करणारी त्यांची कविता, नाट्यात्मकतेचं सहज लेणं मात्र ठायीठायी मिरवीत असते. साध्यासुध्या दैनंदिन प्रसंगात वावरणारी त्यांची पात्रं, त्यांचे परस्परसंवाद आणि

सतरा

त्यातून कळीचं फूल व्हावं तितक्या सहजतेनं व्यक्त होणारं त्यांचं अंत:करण, त्यांची ओढ, त्यांचा पीळ, या सगळ्यांतून या काव्यातील सहजनाट्य पाकळी-पाकळीनं फुलत असतं. त्यासाठी स्वत: कवीला कोणतंही भाष्य करावं लागत नाही. कारण त्याची भूमिका, बाजूला राहून निरीक्षण व भाष्य करणाऱ्या तटस्थ निरीक्षकाची नाही. हे जीवन त्याला परकं तर नाहीच, त्याच्या ठायी ते असं आणि इतकं मुरलं आहे, त्यानं ते अशा स्वाभाविक आत्मीयतेनं अनुभवलं आहे की, आपल्या पात्रांच्या मनात तो जणू अलगद पाऊल ठेवतो आणि त्या मनीचे सारच, हलकेच, त्यांच्याच वाणीने, त्यांच्याच शब्दांनी अशा समरसतेनं व्यक्त करतो की कसलाच अंतराय, कसलाच दुजाभाव उरू नये! या साध्यासुध्या प्रसंगातून, संवादातून, स्वगतातून आणि मनोगतामधून या कवितेचं नाट्य, भावाशयाशी एकजीव होऊन स्वारस्य निर्माण करतं.

उन्हाच्या रखरखाटात राबणाऱ्या आपल्या कोवळ्या वयातल्या कारभारणीची काळजी करणारा तिचा घरधनी जेव्हा –

"आगं, कामं करावीत बेतानं;
आपलं आपूण जपायचं जिवाला
म्हातारा-म्हातारी बोलत्यात ते
कायबी लावू नगं मनाला."

असं कळवळ्यानं सांगतो तेव्हा कवीच्या आणि त्याच्या अंत:करणांची एकतानता परिपूर्ण होऊन जाणवते. यादवांनी आपल्या हिरव्या जगातील हे अस्सल भावसौंदर्य अशा हळुवार सहृदयतेनं व्यक्त केलं आहे की, मराठी ग्रामीण काव्यात त्याला दुसरी जोड नाही. या चालत्याबोलत्या ग्रामीण विश्वाशीच, त्यातील सचेतन निसर्गाचाही पुरेपूर संवाद झाला आहे. शेवरीचं लगीन, धुक्याची अंघोळ, किरणानं अंग पुसणं आणि झुळुकेनं करवली होणं हे सारंच चित्रण बालकवींच्या फुलराणीचं स्मरण देत असलं तरी, त्याचं सौंदर्य केवळ रोमँटिक कल्पना-चमत्कृतीचं नाही. इथं निसर्ग केवळ अलंकरणापुरता किंवा पार्श्वभूमीपुरता नसून तोही साक्षात् हेच जीवन जणू क्षणाक्षणांनी, कणाकणांनी जगत आहे.

या संग्रहाच्या उत्तरार्धातील कविता, कविमनाने अनुभवलेल्या एका फार मोठ्या स्थित्यंतराची व परिवर्तनाची साक्ष देणाऱ्या आहेत. स्वत: यादव म्हणतात त्याप्रमाणे;

अठरा

या कवितेवर नवकवितेचा, तिचा अविभाज्य भाग होऊन बसलेल्या प्रतिमेचा परिणाम तर साकल्याने झालाच आहे; पण आता ती अधिकच आत्मनिष्ठ व आत्ममग्न झाली आहे. म्हणूनच की काय ग्रामीण जीवन वस्तुनिष्ठतेनं रेखाटण्यापेक्षा, जुन्या-नव्या संस्कारांच्या सरमिसळीमधून जे संमिश्र व संकरित व्यक्तिमत्व घडलं गेलं, त्याच्या प्रत्यक्षाप्रत्यक्ष आविष्कारातच ती अधिक रमली आहे. आजही ती वास्तवालाच भिडलेली आहे, आजही नकली-व्याज काव्यात्मतेचा स्पर्श तिला झालेला नाही. ग्रामीण जीवनातून नागर जीवनातील संक्रमणाच्या अंतर्यामी अनुभवलेल्या व्यथा-वेदना, आंदोलनं, ओढाताण यांचाच आविष्कार यानंतरच्या कवितांत झालेला दिसतो. एक प्रकारे हा एक दुभंगलेल्या व्यक्तिमत्वाचाच प्रवास आहे. प्रत्येक सुशिक्षित, संवेदनशील ग्रामीण व्यक्तीला चढावी लागणारी ही अवघड पायरी आहे आणि तिचाच आलेख या कवितेत उमटला आहे. म्हणूनच आता अभिव्यक्तीला अधिकच धार चढली आहे, भेदकपणा आला आहे. अनुभवालाच अग्र आले आहे. मूळचेच मिताक्षरी अल्पाक्षरत्व अधिकच वाढले आहे.

मध्यंतरीच्या वर्षांत यादवांची काव्यदृष्टीही पालटत गेली. 'उत्कट अनुभवाच्या उत्कट आविष्कारापेक्षा, अनुभवातील सौंदर्याच्या मुळाशी जी कलात्म जाणीव अंतर्भूत असते, तिने केलेला शोधरूप आविष्कार म्हणजेच कविता,' हा समज काही काळ दृढ झाला. परंतु आज त्यांचा भर अनुभवातील आविष्काराच्या अपरिहार्यतेवर आहे. 'मेली! बरं झालं' या कवितेत, एका हृदयभेदक अनुभवाला अशी तीव्र आणि भेदक वाचा फुटली आहे की, ती जिवाचा ठाव घेतल्यावाचून राहात नाही.

"मेली !...बरं झालं...
– मेल्यावर जिती असती तर
अंगाचं कातडं मोट कराय इकलं असतं,
हाडांचा चुना बाजारात ठेवला असता
केसांच्या वाखाचं कंठं करून
गल्ली...बोळातनं खपवलं असतं.
आल्या पैशानं पोट भरून जेवली असती
जणू तिला रस्त्यावर
फुकट पावली गावली असती.
– हिला कफान नवं आणू या,

एकोणीस

ऊन कडकडीत पाणी घालू या
म्हंजे पिंडाला कावळा शिवंल..''

(यादवांच्या गाजलेल्या 'मोट' या कथेची इथं आठवण होते.) या जीवघेण्या अनुभवाच्या हळव्या, कारुण्य जागं करणाऱ्या अभिव्यक्तीपेक्षा जोरदार, तीव्र, परखड आविष्काराने अनुभवाची पातळीच उंचावली आहे. या बदललेल्या आयुष्यात पांढरपेशा जगात जगत असतानाही कवीचं मन आपल्या गावाकडे, घराकडे, मातीकडे धाव घेतं... 'गोष्टी घराकडील मी वदता गड्या रे' या कवितेत केशवसुतांच्या मनाची जशी अवस्था झाली; तशीच ही अवस्था. दुरावलेलं सारं खऱ्याहून खरं होतं, मनात फेर धरू लागतं...

"ह्या पहिल्या पावसाचं पाणी
मळ्याच्या अंगाअंगाला कुरवाळत असंल
काळ्याशार कणांवर वळखीचा
घामाचा वास दरवळत असंल
मळ्यात पडणारा एक एक
माझाच वाटत असंल मातीला पाय
नांगरानं उंबळून तिचं हुरदं
वर येत असंल मलाच बघाय.''

इथं मातीही निर्जीव राहिली नाही. तिलाही जीव आलाय, डोळे आलेत. हे तादात्म्य खरोखर अपूर्व आहे.

आठवणी येतच असतात...
"भर दुपारी दुधगंगेच्या लांबलांब
कुरणावर चराय गेल्यावर
जिवात रान उगवतं
रानात हीर उगवती
हिरीतनं किरणं उगीवत्यात
हिरवीचार कांद्याच्या पातीवाणी

वीस

पोसवायला आलेल्या खपलीवाणी
हासाय लागलेल्या कापसावाणी !''...

शेतमळ्याच्या मातीतून मनात उमललेल्या या उपमांनी या आठवणींचं माधुर्य कसं वाढलं आहे! 'वळख ठेव' ही तर 'मी'चीच कविता. पुऱ्या, खऱ्या आत्मप्रत्ययाची! कुणीतरी तळमळून सांगत आहे, 'ताक-कण्या खाऊन शिकलास', शिकावं लागलं, अशीही एक वेळ होती. आता –

''हातावरच्या चिऱ्या गेल्या, घट्टं गेलं
शेणाच्या उकिरड्यात सोन्याचं फुटलं पेव...
वड-पिप्पळ उदंड जग;
पर गळत चाललेल्या गवताची वळख ठेव.''...

'विसरू नकोस आपल्या मातीला, रक्ताला. ओळख ठेव.' हे बोल कुठे तरी अनुभवाच्या गाभ्याशीच घेऊन जातात; घुमत राहतात.

पण आता सारं दुरावत आहे, पारखं होत आहे, जे सर्वस्वी माझं होतं तिथंच मी आता बघ्या पाव्हणा ठरलो आहे! निसर्गाचं ऋतुचक्र मात्र अखंड फिरत आहे, शेतीभातीचं रहाटगाडगं न थांबता सुरू आहे, सुरूच राहणार आहे. मी मात्र परका, उपरा झालो आहे. अंगावरची बिनडागांची बगळ्यात पांढरी कापडंच मला परकी ठरवताहेत.

''हिरव्या सृजनांत गुंग झालंय रान.
रक्ताचं नातं तुटून परका झालेल्या माझं
घाबरंघुबरं झाल्यात पोरकं प्राण...''

या उत्कट शब्दांत कवीची व्यथा वाहत्या जखमेसारखी उघडी झाली आहे. शहरी कवींनी कल्पनेतल्या रम्य जानपदावर लिहिलेल्या काव्याचे दिवस आता मागे पडले; आज त्या त्या जानपदाशी रक्ताच्या, मातीच्या अतूट नात्याने जोडलेले, तिथली सारी सुखदु:खं ज्यांनी वास्तवात आणि मनोमन भोगली असे अस्सल ग्रामीण कवी व लेखक पुढे येत आहेत. या पालटत्या पार्श्वभूमीवर, ग्रामजीवनाकडून नागरजीवनाकडे खेचलेल्या एका सुशिक्षित संवेदनशील ग्रामीणाची ही व्यथा मनाचा

एकवीस

ठाव घेते. या स्थित्यंतराचा एक परिणाम म्हणजे, आज यादवांच्या ग्रामीण भाषेतील ग्रामीण कवितेतही अधूनमधून नागर, संस्कृत शब्दांचीही पेरणी झालेली आढळते *(आविष्कार, सृजन इ.)* ती विसंगत वाटल्यावाचून रहात नाही.

सतरा वर्षांपूर्वी यादवांचे 'हिरवे जग' रसिकांपुढे आले ते अस्सल बोलीभाषेमध्ये. ग्रामजीवनातील ही सुखदु:खं ग्रामीण भाषेतच व्यक्त व्हावी, यांतील अपरिहार्यता नंतरच्या काळात यादवांना जशी पुरेपूर जाणवली, तशी ती तत्त्वत: त्या आरंभकाळात जाणवली असेलच असे नाही. सहजप्रेरणेनेच त्यांची कविता ग्रामीण भाषेतच फुलली आणि आजतागायत ग्रामीण कवितेबरोबरच त्यांच्या इतर ग्रामीण साहित्यातही त्यांनी ग्रामीण बोलीचाच अवलंब कटाक्षाने केला आहे. यादवांच्या कवितेचे विश्व म्हणजे त्यांचे हिरवे जग आणि त्या जगाची रांगडी, गावरान पण अर्थगर्भ बोली हीच त्यांच्या कवितेची भाषा; हे समीकरण, हे साहचर्य कवीच्या दृष्टीने आरंभापासून अतिशय स्वाभाविक व नैसर्गिक होते. त्या त्या जीवनक्षेत्रात अनुभव घेतलेल्याला तरी असा अनुभव येतो. 'ग्रामीण भाषा ही; ती ज्या जीवनात वाढली त्या जीवनातील अनुभव त्यांच्या चैतन्यासह जास्तीत जास्त व्यक्त करते, असे मला दिसून आले आहे.' या शब्दांत यादवांनी आपली भूमिका स्पष्ट केली आहे. यादवांनी सातत्याने केलेल्या ग्रामीण भाषेच्या या वापराबद्दल तीव्र स्वरूपाची टीका त्यांच्या वाङ्मयाच्या जाणकार चाहत्यांकडूनही झाली, यात आश्चर्य नाही. ही ग्रामीण बोली शहरी जाणकार रसिकांच्या आस्वादामध्ये एक अंतराय निर्माण करते, या युक्तिवादामध्ये तथ्य नाही असे अर्थातच म्हणता येणार नाही. *(म्हणूनच की काय; या संग्रहातील काही अपरिचित ग्रामीण शब्दांचे अर्थ यादवांना शेवटी द्यावेसे वाटले.)* परंतु ग्रामीण बोलीभाषेचा हा वापर यादवांनी एखादा हेतुपुरस्सर केलेला प्रयोग, एखादी नवी चूष, नवलाई, रुचिपालट म्हणून केलेला नाही. तसे मानणे म्हणजे त्यांच्या कविप्रकृतीचा, त्यांच्या आत्मप्रचीतीचा अवमान केल्यासारखे होईल. 'खळाळ' या आपल्या कथासंग्रहाला जोडलेल्या स्वतंत्र टिपणामध्ये त्यांनी आपली भूमिका यापूर्वीच विशद केली आहे. या भूमिकेविषयी जाणकार वाचकांमध्ये मतभेद झाले तरी, ग्रामीण अनुभवांचा आविष्कार ग्रामीण बोलीतच करण्यामधील अपरिहार्यता यादवांना मात्र मनोमन नि:शंकपणे, सबळपणे जाणवली आहे, यात शंका नाही. यादवांनी हे ग्रामीण विश्व, त्यांची ही रांगडी रोखठोक पण भावगर्भ बोली, त्यांच्या कवितेची अनेकदा गद्य:प्राय वाटणारी एक मुक्त, धावती लय या सगळ्यांमध्ये मला एक विलक्षण एकात्मता वाटते. यादवांच्या कवितेतील भाषा अनेकदा संवादरूप, विधानवजा आणि गद्य:प्रायही

बावीस

वाटते; नव्हे असतेही. पण सरळ, सीधी विधानेही काव्यात्म होऊ शकतात. भावनिक आवाहना (Emotional Evocation) च्या पातळीवर जेव्हा ही विधाने जातात, तेव्हाच ती गद्याचा उंबरठा ओलांडतात. केवळ तार्किक बौद्धिकतेमधून त्यांना काव्याचा स्पर्श होत नाही; परंतु भावनिक पातळीवर मात्र ती गद्य:प्राय असूनही काव्यात्म होतात. अशी उदाहरणे यादवांच्या काव्यांत अनेक आढळतात. त्यांच्या या बोलीमध्ये गद्याचा कणखर ठाशीवपणा आणि माधुर्य दोन्ही सहजगत्याच एकवटले आहेत. बोलीभाषेच्या स्वाभाविकतेमुळे अनुभवांनाही एक जिवंतपणा लाभला आहे. असा आणि इतका की, प्रत्येक कविता जणू कवी आपल्याला ऐकवीत आहे, नव्हे हे अनुभवविश्व आपल्या डोळ्यांपुढे उलगडत आहे असे जाणवल्यावाचून रहात नाही. फार काय; घर मातीचे, भांडीकुंडी मातीची, सारेच एका मातीचे, अशी एखाद्या घरात आढळणारी एकजीवता भाषेच्या ह्या अशा उपयोगातून इथे पुरेपूर साधली आहे. अनुभवाच्या एकजिनसीपणाला, एकजिनसी भाषेनेच असे पेलले आहे. 'गोतावळा'सारख्या यादवांच्या कलाकृतीमध्ये जाणकार रसिकांनाही असा प्रत्यय येतो की, कादंबरीचा प्राण अशा या एकजीवतेला, आत्म्याला रक्तामांसाच्या शरीराने धरून ठेवावे तितक्या सहजपणे आणि समर्थपणे, कादंबरीची भाषा धरून ठेवते. यादवांच्या ग्रामीण कवितांमध्येही मला हाच प्रत्यय येतो. यादवांच्या आरंभीच्या काव्यांतील उपमा आणि नंतरच्या कवितेमधील प्रतिमाही अत्यंत सहजपणे या ग्रामीण विश्वातून फुलून आल्या आहेत. 'शेवरी' या कवितेमधील लग्नसोहळा मोठ्या रंगतदारपणे चित्रित करताना, 'दहिवरलं चांदणं, धुंद बांधाच्या गवतात । जरतारी वेण्या जशा, पैलवानाच्या जोड्यात' ही अस्सल गावरान उपमा पहा. कवीच्या नवथर मनात जाग्या होणाऱ्या स्त्रीविषयक पहिल्या सलज्ज आकर्षणाची धुंदीही त्याच्या शेतमळ्यात संक्रांत झालेली तो पाहतो, त्याच्या मनाचंच प्रतिबिंब त्याला जणू तिथं दिसतं आणि मग –

"तूं येतानं, अंगाअंगाच्या कोनाकोपऱ्यातनं
पिकं तरारत्यात सरीसरीनं
गुदगुदल्या करत
मोटंला फुटतंय पाण्याचं गाणं... पाटापाटातनं
वयल्या वाऱ्यात पिकं डिरकत्यात,

तेवीस

रानं झुळकत्यात; वासानं घमघमत्यात
तूं येतानं पावसाच्या चिपळीतनं''

अशी रसीली कविता जन्म घेते. 'बापय आणि बायका' या जोरकस समर्थ कवितेतही या उभयतांचं, त्यांच्या शरीरमनाचं भेदक, प्रभावी रूप त्यांनी विलक्षण ताकदीनं उभं केलं आहे.

आरंभीच्या कवितांतील उपमा – रूपकांप्रमाणे यादवांची कविता पुढे प्रतिमांच्या भाषेत बोलू लागलेली दिसते. आणि मग 'सपनं पडत्यात'सारखी समर्थ कविता निर्माण होते. रानातल्या ढेकळांना पाय फुटून ती गुमान पाठमोरी होऊन चालू लागतात. त्यांनाही बैलाच्या पाण्याने भरलेल्या डोळ्यांसारखे डोळे फुटतात. त्यात एक कहाणी भरलेली असते. जिभा फुटत नाहीत म्हणून बापडी ढेकळंही डोळे मिटून पाणी गाळतात.

खडतर दारिद्र्याच्या अनुभवानेही यादवांची कविता जशी विखारलेली नाही, तशीच सामाजिकतेच्या सहेतुक वाटेने, खेड्यातील दैन्य-दारिद्र्याचं दुखणं वेशीवर टांगण्यासाठीही ती जन्मलेली नाही. शेतमळ्यातील तरारून वर आलेल्या पिकाच्या रसरसत्या सौंदर्याप्रमाणेच, त्यात जगणाऱ्या, राबणाऱ्या माणसांच्या भावभावना, सुखदु:ख आणि त्याचं दारिद्र्य हेही सारं त्यांच्या अनुभवाचं अविभाज्य अंग आहे. म्हणून या छोटेखानी संग्रहातही ग्रामीण जीवनाचं एक अस्सल आणि सम्यक्दर्शन घडत आहे.

ग्रामीण जीवनापासून यादव आज दुरावलेले असले, आणि त्याचा विषाद त्यांच्या अंतर्यामी आजही उफाळत असला; तरी त्यांच्या रक्ताची जन्मजात प्रेरणा आजही मालवलेली नाही. मातीची ही ओढ, मातीचं हे मोल त्यांनी आपल्या अंत:करणात, खोलवर, नेहमीसाठीच मोठ्या अपूर्वाईने जपलेलं आहे. कारण,

"ऊनपावसातनं दगडधोंड्यातनं व्हात व्हात
आमच्या रक्तातनं नद्या झुळझुळत्यात
फोंड्या माळांवर उघडी पडलेली
पाण्याची तळी हुरद्यात हुरहुरत्यात''

चोवीस

ही जिवाभावाची अनुभूती, ही एकात्मता त्यांना कधीच विसरता आली नाही. म्हणूनच या कवितांचा आस्वाद घेताना, अखेरीस आपल्याही मनात हेच बोल घुमत राहतात –

"डोंगरागत आमचा देव असतोय
ह्या डोंगरालाबी दगडाचं मन असतंय
हे मन फुलविताना आम्ही मातीत जातोय;
पर मातीत गेलो तरी माती हे धन असतंय"

– अनुराधा पोतदार

अनुक्रम

आपलं आपूणच जपायचं / १

बाईमाणूस / २

ये पावसा / ३

पेरणीच्या दिसांत / ४

गौरीचा सण / ५

भर उनाचं / ६

लई वाटतंय / ७

पुढंला / ८

शेवरीचं लगीन / ९

मळणी /१०

जातो हो / ११

आंब्याच्या सावलीत / १२

तळची भाकर / १३

बरी न्हवं ही मस्ती /१४

पाण्याच्या वाटंवर / १५

वाटंवरच्या जुंधळ्यात / १७

या थंडीच्या दिसांत / १८

बाळ आता / २०

गोंदणं / २१

हिरवं जग / २२

डोंगराच्या कनवटीला / २४

गर्भ धरणीचा / २५

झालं मातरं जल्माचं / २६

उसटं पाणी / २७

मी वडतो चिलीम / २८

भोमंच्या पुनवंला / २९

पानाचा इडा / ३१

गेलं असतील भुक्यावुनी / ३२

व्रत / ३३

उठा आता / ३४

पातळ / ३५

भाकरी / ३७

नाद मोटंचा ऐकून / ३८

काळ्या पदराच्या आड / ३९

हुलगला बाजार / ४०

असल्या गोष्टी / ४२

रानकोरट्याची फुलं / ४३

केवड्याच्या पोटरीला / ४४

कणसं / ४५

रक्त तुझे / ४७

टाळ टाळीयांचा / ४८

हिरव्या रानात... / ४९

मधारीच्या फांद्या / ५०

हलग्या / ५१

उभ्या उभ्या / ५२

भूल / ५३

तू येतानं / ५४

एक दिवस / ५५

बापय आणि बायका / ५६

पीक-चिमण्यांस्नी / ५७

वहिनी / ५८

नागीण / ५९

वनवासी बन / ६०

कळ / ६१

कारळातलं कडू / ६२

कापसाची गाडी / ६३

उगवता उगवता / ६४

कापणी / ६५

शिवळेचा फास / ६६

गाडी / ६७

भर दुपारी / ६८

मेली! बरं झालं / ६९

वळख ठेव / ७०

मोटा / ७१

सपनं पडत्यात / ७२

मळ्याची माती / ७३

मी बघ्या पाव्हणा / ७४

पांढरी घरकोंबडी / ७५

माती हे धन असतंय / ७६

हे माती, हे माते / ७७

तू संयमशीला / ७८

शब्दार्थ व टीपा / ७९

पाचांमुखी / ८६

आपलं आपूणच जपायचं

नगं येऊस उनाच्या रखात;
लुगड्याचं खोचाण सोड खाली.
केवड्याच्या पानागत गोऱ्या पोटऱ्या
करपून हुतील काळ्या बाभळी.

नगं जाऊस नांगरटीतनं;
पायांवर पडत्यात खोडव्यांची ढेकळं.
बेतानं उजर सऱ्या; न्हाईतर
हात हुतील चिंबलेलं खळं.

लई कापतंया भरदार दंडाला;
नगं काढूस उसाचा पाला.
जुन्या कोटाचं हातूपं
उद्या काढ दंडावर घालायला.

दुखत्यात मनगाटं भांगलून भांगलून;
धर माझ्यापशी आरा.
घेईन तुझ्या मी आडवं
माझा लावून भराभरा.

– आगं, कामं करावीत बेतानं;
आपलं आपूणच जपायचं जिवाला.
म्हातारा-म्हातारी बोलत्यात ते
कायबी लावूं नगं मनाला.

मळ्याची माती । १

बाईमाणूस

लावत जा रोज कुक्कू आणून कसंबी;
न्हाईतर लावीन खुरपं मारून!

– पन्नास येळा सांगिटलं
माझं पायांत घाल म्हणून.

आगं, मी बापय-माणूस हाय;
मला कसली लाज नेसायला फाटकं?

बाईमाणूस हाईस तू
फेड बघू ते जुण्यार दाटकं.

बाजारात इकून बाळी शेळी;
उद्या आण सोडवून डोरलं.

आणि अंग भरूनशान तुला
एक घे लुगडं थोरलं.

– मला नगं आता भाकरी;
आत्ताच प्यालोय मी पाणी.

तूच खा पोटभरूनशान
थानचं मूल हाय सोन्यावाणी!

२ । मळ्याची माती

ये पावसा

ये आन्नदात्या पावसा
वाऱ्यासंगं गडगडत.

हीं रानाची जळकी खाई
हाय अजून धडधडत.

आण सोसाट्याचा वारा,
मोड झाडं, उपट त्येंची मुळं.

उडीव ही पाल्याची खोपटं
आणून भुताचं वावटुळं.

येऊ देत चवताळून ढग,
भरू देत वडं-वघळी.

इजा पाडून पायजे तर
घे ढोरा-पोरांचा बळी.

– पर नगं असं जाऊ
तोंड घेऊन कोपून.

लागल्यात समदीच वाटंला
आन्नपाण्यावाचून!

पेरणीच्या दिसांत

खरं सांगू का, वैनी?
मला जराबी आवरत न्हाई भूक!
मग हे वार करण्यात
कुठलं आलंय सुख?

रोजगाराला जायला पायजे
रोज एकाच्या बांधावर;
मग असं उपाशी असलं
तर कोण घेईल कामावर?

आता कुठं लागलीया पेरणी
ही आठ-पंधरा दीस.
म्हणून हे वारांचं सोंग;
न्हाईतर काय खातीस?

कोणतरी सांगतंय टोकणायला भुईमूग;
त्येचा मग धरतोय रोजगार,
आणि चूल बंद करून
असंल त्यो करतोय वार!

दिलेलं टोकणायला दाणं –
त्यांतलंच खातोय ईळभर.
शेतकरीबी देतोय मुभा
वार केल्याचं सांगिटल्यावर.

असंच करतोय मी पेरणीच्या दिसांत.
भाकरीचा तुकडा नसतोय इळाच्या पोटी.
उरीवतोय सांजच्यापारी
बळंनं घरला न्यायला ओटी!

४ । मळ्याची माती

गौरीचा सण

जरासं माझं ऐकून घेता का?
गौरीचा सण आलाय तोंडावर.

मामाजी गेल्यात गावाला
द्या मला गवात भाराभर.

सांजंचं न्हेऊन इकीन,
हुतील साताऽठ आण्याचं पैसं.

मोडलेल्या मासूळ्यांचं
घालीन त्येनं फासं.

तुम्ही दिलेला हाय रुपाया
पान-सुपारीतनं उरवून.

हाईत माझंबी आठ आणं;
दादाकडनं आणलेलं मागून.

असा हाय दीड रुपाया
ठेवलेला उतरंडीला.

सोन्यासारखा सण आलाय;
चोळी एक घेती दंडाला!

मळ्याची माती । ५

भर उनाचं

ये जळणाचं निमित काढून
मळीकडं भर उनाचं.

समदीच जातील घरला
जेवायला सणाचं.

देईन पाटीभर जळाण;
वाळकं, वांगी कवळी कवळी.

कोण नसतील तवा
माझ्याच मालकीची असतीया मळी.

न्हेऊन ईक ती बेतानं
भटा-बामणांच्या घरांत.

आरती-परती देऊन टाक
तेवढंच कायतरी पडंल पदरात.

आज हाय गुडीचा पाडवा;
येतील त्या पैशांची आण गहू-डाळ.

कर हुतील त्या चार पोळ्या;
खाईल तेवढंच पोर-बाळ.

पर सारजे, ही चोरी
देवाघरी हुईल का रुजू?

– पोराबाळांस्नीच घाल सण...
आम्ही कणीकोंडाच खाऊन जगू!

६ । मळ्याची माती

लई वाटतंय

आम्हांस्नीबी लई वाटतंय
पोरांस्नी शिकवावं असं.
पर मागं पोटापाण्याचं
सदा न कदा लागतंय पिसं.

पोरं थोरली करतानं
आमचा राम आटतोय.
आठनऊ वरसांची झाल्यावर;
मग ज्यो त्यो पोट भरतोय.

मग त्यांस्नी शाळंला घालून;
आणावं कुठलं त्येंच्या पोटाला?
उलट त्येंच्या उसाबरी कराया
सवडी कुठं हाईत आम्हांला?

आम्हांला काय इनामं हाईत?
लंगुटी एवढीबी न्हाई पट्टी!
न्हेतावं दीस कसं तरी ढकलत,
अहो, आमच्या नशिबी शेणाचीच पाटी!

मळ्याची माती । ७

पुढंला

पोराचं हाय पुढंला लगीन;
वाईच इचारानं पेरणी वाढा.
जुंधळ्या-तुरीच्या पिकापरास
गव्हा-तांदळाचंच पीक काढा.

खोडव्याच्या रानात नगं कडवाळ;
दोन्हीबी खांडांत हरबरा पेरा.
बैलांस्नी घालायला येईल
कडंवडंचा कापून मुगोरा.

उसाला घाला मायंदाळ सल्पीठ;
येईल बिगीद्यान घाणा कराय.
डोळ्यांत चुना घालूनशान
तंबाकू पायजे बरं जपाय.

– मग नगं काढायला बोजा
माझंच दागिनं सुनंला घालीन.
येईल हाताखाली माझ्या पोर
घरात फिरतानं सुखानं बघीन!

शेवरीचं लगीन

उसाकडंच्या सारावर
गुलजार गार शेवरी.
वरण्याचा वेल नेसून उभी
ही बुरखा घेटलेली नवरी!

वाऱ्यासंगं हलत्यात कवातर
शेंगांची तोरणं लोंबत खाली!
पिवळ्या फुलांचं हळदी गोंडं;
अहो, ह्या हिच्या मुंडावळी!

आताशीं झालीया कवळी पहाट
घटकाभरानं टाकायचं तांदूळ
धुकं येऊन घालंल हिला
दहिवराचि गार आंघूळ!

निर्मळ गोरीपान किरणं
हळू हळू पुसतील अंग!
झुळूक करवली हलवून सांगंल,
"अगं, नादात होऊ नको दंग."

चिमण्या येतील सेस भराय
घेऊन भाताचं दाणं.
धरतील एकमेकीच्या पदराला
नवऱ्याच्या नावाचं म्हणायला गाणं!

उसा-शाळवाची भोवती दाटण;
पाव्हणं आल्यात हे कराय लगीन.
मीबी माळ्यावर चढून ते
पांखरं मारता मारता बघीन!

मळ्याची माती । ९

मळणी

आभाळाचं घोटीव खळं
न्हाई त्येला तसूभरबी भळ.
टिच्चून भरलेली चांदण्यांची कणसं
आणतानं फुटला रातीचा ढळ.

घाटलीया ही जुंधळ्याची मळणी,
ढवळं-काळं ढगांचं बैल.
वारं दबीवतंय त्यांस्नी सुरात,
चालत्यात सगळं अंग सोडून सैल.

फिरतोय चांद खळ्याच्या मधनं
बैलांच्या अंगावर फिरवत हात.
तेवढीच त्यांस्नी वाटतीया हुशारी,
शीण झडतोय; चालतीया पात.

गारव्यात हिंडून काकडल्यावर
केलाय जाळ उगवतीला कुणी.
रामाच्या पाऱ्यात ही देवाची
किती गुमान चाललीया मळणी.

जातो हो

जातो हो आता मळ्याकडं;
सकाळधरनं हाय गावात.
दीस गेलाय कडूसरीला,
उडली असंल घाई रानात.

शेणं पडल्यात तशीच गोठ्यात,
बैलं आणायची हाईत पाण्यासनं.
कडबा तोडायचा हाय सांजंचा,
पाणी माराय पायजे धावंवरनं.

उद्या हाय बाजाराचा दीस;
उपडायची हाय तवा भाजी.
बायका हाईत रोजगारानं
भांगलणीवर नजर न्हाई माझी.

–अजूनबी न्हाई 'ती' आली घरला
डोळ्याउजेडा घेऊन दुभतं ढोर.
उशीरधरनं लागलंय रडायला
घरात ठेवलेलं थानचं पोर.

मळ्याची माती । ११

आंब्याच्या सावलीत

रवंथ करणाऱ्या पाण्यातल्या रेड्यागत
दमून बसलीया निवांत दुपार.
मोटंच्या करकरी, गाण्याच्या लकेरी
मळकऱ्यासंगंच निजल्यात गार.

कुकूकोंबड्याची एकली घुक् घुक्
गुलबार चिच्चंवर सावलीत घुमती.
नांगरट झालेल्या सडाच्या वावरात
अजून बळवंकी पोटापायी फिरती.

आणि –

पेंगणाऱ्या आंब्याच्या सावलीत
घोंगड्यावर बसल्यात राजा-राणी.
दोघांच्या पुढ्यात हाय पडलेली,
धोतराच्या फडक्यात भाकरी-चटणी.

बसल्यात घेत जणू राम-सीता
वनवासातलं मनाजोगं सुख.
जुंधळ्या-मिरचीच्या कोरड्या कोंड्यात
तरण्या प्रीतीचं मिसळतंय अमृत!

तळची भाकर

ऐकलं काय हो,
उशीर करूनच न्याहारीला जावा.
जेवू द्यात दीर-मामंजी आदी;
त्यांस्नी वाढत्यात थोरल्या जावा.
कोणबी न्हाई वागत
जिवाभावानं माझ्यासंगं;
खाऊ द्यात ती दाल्ला-बायकू
सोनं-रुपं आनंदानं.

जाऊन शिस्तीनं जेवायला तुम्ही
हळूच उचला तळची भाकर.
आणि तिच्या पापडाखालचं
लोणी, सांडगं खावा अगुदर.
– ठावं न्हाई कुणाला गुपित
सासूबाईलाबी हे नका बोलू.
त्याबी घालत्यात दिरा-नणंदांस्नी.
–"आणता न्हवं मला दिवाळीत शालू?"

बरी न्हवं ही मस्ती

बरी न्हवं ही मस्ती;
किती बाई, तुम्ही द्वाड.
कोण तरी असंल बघत,
राहून कुडाच्या ई आड.

नण्दा-जावा गेल्या फुडं
धरलं असतील त्येंनी आरं.
अशी धरल्यावर तुम्ही
राहील की काम सारं.

ध्या जेवून बिगीद्यान;
येतील मामाजी खाकरत.
बाया करतील टवाळी;
बघून गालावयलं दात.

ध्या–दिवळीचं असं
कवा करू नये, देवा!
कायतरी निमितानं
घरात वसतीला ऱ्हावा!

१४ । मळ्याची माती

पाण्याच्या वाटंवर

पाण्याच्या गं वाटंवर
भेटलीस मैतरणी.
सासू-नणंदांची तुला
सांगिटली मी गाऱ्हाणी.

पाण्याच्या गं वाटंवर
पुसलीस माझं डोळं.
विटलेलं होतं माझं
जाचाला गं मन भोळं.

पाण्याच्या गं वाटंवर
परतविलीस माघारी;
कैंगटून जाताना मी
दूर माझ्या गं माहेरीं.

पाण्याच्या गं वाटंवर
मळ्यातनं येता त्येनी,
सांगिटलास माझा छळ
डोळ्यांत भरून पाणी.

पाण्याच्या गं वाटंवर
दिली तुझ्यापाशी ठेव.
भागिदार होता त्यात
माझा भाबडा गं देव.

पाण्याच्या गं वाटंवर
सांभाळलास माझा तोल
पडताना कावून मी
आडांत त्या खोल खोल.

मळ्याची माती । १५

पाण्याच्या गं वाटंवर
सांगिटलंस शाणपण
म्हणूनच भरल्या घरी
आलं आज मानपण.

वाटंवरच्या जुंधळ्यात

असा वाटंवर कां आडवा येतोस?
लाज वाटतीया काय तुला?
तीन वरसांचं तुटकं
घाटलंय मी पायाला.
भावाचं नातं लावतोस त्येंच्यासंगं
मला म्हणतोस 'वैनी.'
ह्यापायी येत हुतास खोपीकडं?
न्हाईत का तुला आया-भैणी?
– पैशांचा नगं दावूं देबाजा,
जाळ तुझ्या त्या नोटंला.
दे की न्हाईतर भणीला तुझ्या;
आलीया बघ धुणं बडवायला.
हात सोड माझ्या दंडाचा;
न्हाईतर बोंबलून करीन सरकदान!
हितल्या हितं जुंधळ्यात
टाकीन डोक्यावरचं जेवाण.
हातांतली फोडून कांकणं;
जाईन आरडत त्येंच्याकडं.
घारी-गिधाडांस्नी देतील मग
करून तुझं तुकडं तुकडं!
मस्तीच्या बोकडा,
कशाला पडतोस पाया?–
– नका नका दाजीबा रडू असं;
दुसऱ्याच्या धरू नयेत बाया.

मळ्याची माती । १७

या थंडीच्या दिसांत

या थंडीच्या दिसांत
काय टिप्पूर चांदणं पडलंय!
झाड-झुडूप, समदं रान
त्येच्या कांबरुणात दडलंय.

ह्यो खुळा वडा मातूर
झाडाच्या सावलीतनं
एकटाच चाललाय बोलत;
भ्या वाटू नये म्हणून.

त्येच्या किचकाटातल्या पाण्यात
बेडक्या आरडायला लागल्यात.
काठावर आलेलं बेडूक
पाऊल वाजताना आत उड्या मारत्यात.

बसल्यात झाडांची पानं गप
आपल्याच सावल्यांस्नी भिऊन.
वाघळा-घुबडं घुमत्यात
कवाकवातर फडफडून.

ढामणीगत वाट पडलीया सरळ
हिरव्या उंच गवतातनं.
काजूकिडं लिकलिकत्यात
चकमकीच्या ठिणग्यागत वरनं.

आतासं पडू लागलंय गवतावर दंव
गारगार लागतंय पायांला.
सुन्न हुत्यात बोटं-तळवं;
जाऊन पायजेत तासभर शेकायला.

१८ । मळ्याची माती

असल्याच उंच गवतातनं
कवातर पडतंय लांबडं!
म्हणून देवानं सांगिटलंय चांदाला
वसतीला जायाला आमच्यासंगं.

मळ्याची माती । १९

बाळ आता

नेसत जा बाळ आता
जरा पटका-धोतार.
पिंड केळीचा कोंब तू
दिसशील भरदार!

कुळवाडी आम्ही लोक;
कशाला रं ते इजार?
बोडक्याच डोसक्यानं
रूप दिसतं मुंडरं.

पैलवानी पंजी तिडा;
पटक्याची चांद-कोर
आणि पायी पायताण
भुईचालीचं पायभर.

दारभर दिसशील
राजबिंडा येताना तू,
''शिकलेला माझा ल्योक;''
तोंडभर जगा सांगू!

२० । मळ्याची माती

गोंदणं

हिरवं लुगडं
खुललंय छान!

(तांबूळ रान –)
अंग पालवीचं पान!

लांब आऱ्याचा
भरदार दंड.

गोंदण्याच्या ठिपशा –
(भुईमुगाचं कोंब.)

असंल नवऱ्याचं नाव;
नणंदंचं ते काम!

न्हाईतर असंल
'सीता-राम.'

हिरवं जग

कसं हाय हे हिरवं जग!
किती दिसतंय गुलजार!
लांबनंच बघताना डोळं भरून
जीव हुतोय सुखानं बेजार!

'पावसानं दिलीया हिरवी साडी
धरणीला; डोहाळ-जेवण करताना,
न्हाईतर नेसलं असंल ठेवणीचं लुगडं
आला असंल कुणीतरी पावणा!'

लांबनंच बघताना येत्यात
असं मनात लई इचार;
पर खरं रूप न्हाई कळायचं
आतमंदी गेल्याबिगार.

–मऊ गवात दिसतंय बांधावर;
पर तळाला हाईत बाभळ-बोरीचं काटं.
ही हिरवी मखमाल कापताना
चाळणीगत हुत्यात हाता-पायांची बोटं.

ह्यो डौलारू डंगरी जुंधळा;
दिसताना दिसतोय लई गोड;
पर ढेकळं फोडताना इथलीं
आवळ्यागत आलं हुतं फोड!

भुईमुगाच्या गार गार जाळ्या,
ही रसरसलेली गाजरं,
ही पिकीवताना जात्यात
तोंडात मातीचं तोबरं.

२२ । मळ्याची माती

असलं हाय हे
हिरवं जग!
मैतरा, तुझ्या समाधानापायी
हे लांबनंच बघ!

डोंगराच्या कनवटीला

डोंगराच्या कनवटीला
न्हाई आता पाणी-धन.

थवा ढगांचा वाटंत
म्हणून अडीवला त्येनं.

काही नागीवलं पार,
थोडं सुटलं पळत;

निळ्या, पांढऱ्या गठळ्यांतनं
मोती-संपदा गाळत.

हुती काल जायाची ती
नदी-लेक सासराला.

न्हवता एकबी पै-पैसा
पाठवणीच्या आहेराला.

वटी भरून तिची आज
नव्या हिरव्या लुगड्यांत;

धाडी डोंगर-रामोशी
तिला सागर-वाड्यात.

गर्भ धरणीचा

झुरू लागली पालवी,
मरू लागलं अंकुर,
गर्भ धरणीचा देवा,
आत तसाच राहील.

नगं पाप गा करूस
बाळ मारून पोटात.
चार मास तरी दूध
त्येच्या पडू दे ओठांत.

जीव गुदमरतो ह्या
शेतकऱ्याचा त्यापायी.
सुखा-समाधानानं गा,
कर मोकळी काळी आई.

मिळंल आम्हांलाबी अन्न
तिचा बाळ भरवता.
ढाळ टिपं दोन तरी
त्येच्यापायी भगवंता!

झालं मातरं जल्माचं

दादा, जर असतास
कामं कराया मळ्यात;
केला असतास मग
फेट्या-धोतराचा थाट.

झाला असतास आणि
भरदार 'बाबूगत'.
पापुदरा अंग तुजं
न्हाई उंचीला सोभत.

चिखलाच्या लाट्यावाणी
दंड-मांड्यांतलं गोळं
उचलता कायतरी
पट असतं हललं.

वारा कोंडलेला भाता
झाली असती गा छाती
चुटूचुटू चालण्याला
आली असती धिम्मी गती.

– वहिनीबी आली असती
तुझं लगीन होऊन.
झालं मातरं जल्माचं
दादा, शाळंला जाऊन!

उसटं पाणी

"उनात तंगलोय,
घामात भिजलोय,
लागलीया ताऽन;
दे जरा पाणी.
काढ की तांब्या
गारव्यात ठेवलेला,
चुंबळीच्या खालचा,
पेंढीच्या आडचा."

"उसटं हाय रं;
नगं पिऊ हे पाणी."

"मग देच तर
तेच लागंल सोजळवाणी!"

मळ्याची माती । २७

मी वडतो चिलीम

जरा घेऊ या इसावा
आलंय भरामंदी ऊन.
गाव टेकडी पल्याड
लगी गाठूं या जाऊन.

भरतो जरा चिलीम;
मारतो एक झुरका.
वारं आडीव पदरानं
वर घेऊन बुरखा.

– न्हाईतर ये फुडंच
न्हाई कुठं घोडं गाडी.
मी वडतो चिलीम नि
तूच लाव हळू काडी.

भोमंच्या पुनवंला

न्यहार खळणं आभाळ
बिन-आठ्यांचं कपाळ.

त्येच्यावर चांद-टिळा
भक्ती सांडे रानो-माळ!

दहिवरलं चांदणं
धुंद बांधाच्या गवतात.

जरतारी वेण्या जशा
पैलवानाच्या जोड्यात.

शेव रुपेरी पाण्याचा
दगडांत सळाळतो.

कुणी म्हणे झिपरा ओढा
बारमाही खळाळतो!

पोटभरल्या पाण्याची
पिकलेली गवती मिशी.

चूळ चांदण्याची भरता
निघे फेक चांदी जशी!

दूध प्याल्या बाळावाणी
फड-तंबाखू निजला.

पान-ओंजळींनी पितो
अजून चांदणं जुंधळा.

हिरीकडंच्या झाडांसनी
न्हाई घरदार म्हणं.

मळ्याची माती । २९

म्हणूनशान पेंगत्यात
खाली घालून ही मान.

वेताळाच्या तळ्यावर
चांदण्याचा दाट पारा.

बिनसायासे मिळाला
आरसा ह्यो नवा कोरा.

असं भोमंच्या पुनवंला
रूप लाभतं गावास;

चटक चांदण्यांची रात
तवा पावणी ये खास!

३० । मळ्याची माती

पानाचा इडा

''ह्यो घे पानाचा इडा.
कर जरा तोंड लाल.
उनातानात फिरून
तांबडं भडक झाल्यात गाल.
ओलावा राहील तोंडात,
सुकणार न्हाईत ओठ,
लागणार न्हाई ताऽन;
पडणार न्हाई सोक.
असू दे; घे एवढा.
घाटलाय आत
अर्धाच्या अर्धा येलदुडा.''
''आणि तू रं?''
''मी खाईन मागनं.''
''हिकडं आण बघू चंची.''
''संपल्यात गं पानं!''

मळ्याची माती । ३१

गेलं असतील भुक्यावुनी

झळाळता कुठं लुगडं
दुपारच्या त्या उनाला;
डोळं लागत असतील
त्येंचं घराच्या वाटंला.

हात घळलं असतील
बैलं सारून सारून
नसंल नेटत धराया
सोंदूर शिणल्या पायानं.

कसा दाबतील नाडा
मोट भराया तळाची?
पोळी झालेली असंल
निसाकसानं पोटाची.

मंदावलेली असंल
राजा-सरजाची धाव.
असंल गेलेला इस्त्याचा
बाई थंडावून ताव.

नसंल भिंगरी चाकाची
घुमत चाकपटीवर!
किरकिऱ्या पोरावाणी
असंल करत कुरकूर!

मुकी झालेली असंल
तशी पहाडी लावणी.
चल बाई, बिगी बिगी;
गेलं असतील भुक्यावुनी!

व्रत

मातीतल्या घागरीत
जसं गार गार पाणी;
थंडी भरलीया आज
तशी शिवारामधूनी.
ही पांढुरकी पहाट
उभी नदीच्या काठाला;
धोतर नेसून न्हालेली
जशी गरत उपासाला.

''रोज घडू दे दर्शन
देवा, देवाचं माझ्या गा
मला टाकली त्येनं नि
धरेसंगं घाली पिंगा.
खाया मजुरी करून
देवा, मला दे बरखत.
त्येच्या पायीच करते
सीता-सावित्रीचं व्रत.''

मळ्याची माती । ३३

उठा आता

मोटा वडल्या डोणग्यांत
सुटली बैलं शिवळसनं
कडबा तोडाय लागलं
पाणकेबी भरून शेणं.

गाडग्या-भांड्यांच्या बुट्टीत
ठेवून तुरकाट्या, शिरी
पाय देऊन आवळती
मळंकऱ्यांच्या तरण्या पोरी.

शेवरीचं शेंडं सारं
माना टाकून पडलं
दोडक्याचं हिरवं कूप
पिवळ्या फुलांनी फुलारलं.

रात व्हायची म्हणताना
दीस दमून गेला घरी!
नवरा आत येता; हळू
दारं सांजंनं लावली.

फुरं भांगलण आता
चला कराया जेवणं.
उठा; करा मुठी गोळा
झाडा कासूटं, वसणं.

पातळ

बाई, वाटतं कसंसं
पाताळ नेसल्यावं मला.

अंगावर नसल्यागत
भास हुतो पावलाला.

कोळ्याच्या गं जाळ्यावाणी
मऊ-लूस झिरझिरीत!

येता जाता मळ्याकडं
उडतं गं झुळुकीत.

जरी खोचाण खोवलं
तरी हालकं फूल बरं!

डोईवर असूनबी
वाटे पडला पदर.

सभागती वडलं मी
अडकता घाणेरीत.

केळपानावाणी गेलं
कितीबाला टरकत!

माझ्या ढाबळी लुगड्याची
जराबी न ह्येला सर.

त्येचं जुण्यार सुदीक
बरं वाटतं अंगभर!

मळ्याची माती । ३५

पैसा घाटला पाण्यात
नको म्हणता तेनासनी.

आणि आणलं पात्ताळ हे
मला हौसंनं वारंवाणी.

भाकरी

देव जगाचा शेतकरी.
त्येचं आभाळ काळं रान.
हुतं ढग त्यात वेल.
खुरपलं ते वाऱ्यानं.

तीन चांदण्या-फणांचं
त्यात घाटलं बांडगं.
आणि बांडीगलं सारं,
आली चोथ्यानं वर शेंग.

शेंगा येचायाला दिशा
आल्या भोवती बांधानं.
आऱ्यामंदी बसतील
आता न्यहाऱ्या करून.

हळू म्हणाली 'मावळती'
समोरच्या उगवतीला;
''माझा भाकरी-धडपा
घरात गं इसरला.''

तवा उगवतीनं तिला
(चांद) भाकरी एक दिली.
वर घालून भाजी (डाग)
वरच्या वरच फेकली.

मळ्याची माती । ३७

नाद मोटंचा ऐकून

पाऊस पडलाय काल जरा
आणि भिजलाय चाक-दांडा.
वाजंना झालंय जराबी चाक;
फुटला मारून बैलांस्नी कोयंडा.

आण जरा बघून खोबरं;
हुडकून कुठलं तरी.
जरा घालतो बाहुल्यांत
बोलू दे चाकाची भिंगरी.

—दीस उगवायला
नाद मोटंचा ऐकून
येणार हाय दोस्तीण
पाटावर धुणं घेऊन.

३८ । मळ्याची माती

काळ्या पदराच्या आड

गेली परतून पाखरं
पोटं भरून घराला.

आभाळाच्या माळावरनं
दीस खाली उतरला.

हात लावून कपाळाला
सांज कुणाची वाट पाही.

आणि किनीट पडता
लगबग घरी जाई.

रात गेलेली कामाला
आली दमून परत.

दार उघडलं तिनं
हुता अंधार घरात.

शेजारी उगवतीच्या
हळू घरास तवा गेली.

काळ्या पदराआडनं
चांद-चिमणी आणली.

–ठेचाळशील गं राती;
सावकाश चाल बाई.

ठावक्यातलंच तेल;
दुसराबी दिवा न्हाई!

हुलगला बाजार

झाली सांज;
हुलगला बाजार
तालुक्या गावचा.

माळव्या मिरचीच्या,
भाजी-भोपळ्याच्या
झाल्या मोकळ्या डाली.
भरल्या हळू हळू अन् जुंधळ्यानं, तांदळानं
केल्या उभ्या त्यांत
येशेल-खोबरेलच्या लांबट बाटल्या.
मंद जळणाऱ्या
तांबड्या रॉकेलचं हिरवं शिसं;
घालून नारळीच्या
शेंड्यांची बुचं.

अन ठेवून डोईवर
चुंबळीसंगं त्या
परतल्या बायका
खेडच्या-पाडच्या,
ओट्या-खोप्यांत
घेऊन चिरमुरं,
पेरू, रताळं;
भरत बकाणं,
करत घास

चालल्या घाईनं
कुरकुणाऱ्या चेपल्यांच्या नादात,
वरचेवर चाचपत
पोरांच्या खाऊचा
तेलकट भज्यांचा वर्तमानपत्री पुडका,

४० । मळ्याची माती

तेल-मिठाचा,
चहा-चटणीचा
सांगत हिशोब बोटाबोटावर,
घोळवत पुनः फिरून ओठांवर,
काढून दंडांतलं पावल्या-पैसं
घोकत मेळ विक्र्याचा खर्चाशी,
धान्याचा दिसांशी.

रेंगाळत हुतं मन
गप्पांत, हिशोबात;
रमलं हुतं हात
ओट्यांतनं, घासांतनं.
पळवत हुता पण
पायांच्या खुंट्यांना
उरांत साठलेला
बाळाचा पान्हा.

असल्या गोष्टी

बायका कंदी
बोलून दावत्यात
असल्या गोष्टी?
बापयांचीच असली पायजे
जाणून घ्यायची खुबीची द्रिष्टी.
तुम्हीबी जळलासा
मीबी जळले
आतल्या आत मुक्या मनानं.
फुका फुका गेलं
बाटकावाणी
बिनफळाचं दोन चार महिनं!

रानकोरटयाची फुलं

पाचूच्या ह्या माळावर
गुराख्याची पळती मुलं.

त्यांच्यापायी आंथरली.
रान-कोरट्याची फुलं.

सोन्यावाणी रंग त्येंचा,
चंद्रागत गोड रूप.

खुळ्या-भोळ्या फूलवेड्या
वेचतात सूप सूप.

घडतात कंठहार,
आंबाड्यांतलं गजरं,

करत्यात कांकणं ही
भरगच्च त्येंचा कर.

गळा, केसं शोभत्यात;
अप्सराही फिकी पडे.

असा स्वर्गीय दागिना
ह्या हो फुलांतनं घडे.

चौदा चौकड्याचं राज्य.
सोनं पिके फुलांतनं.

कुणीबी घ्या हवं तसं
खंडीखंडीच्या राशीनं.

केवड्याच्या पोटरीला

चवळीच्या शेंगा तोडत
अशी आधनं मधनं,

नगं कवा जाईत जाऊ
भुईमुगाच्या आऱ्यातनं.

रुंद पसरलेलं वेल
गारवा धरत्यात उनाचं

हिरव्या थंडाव्यात त्येंच्या
'कायतरी' पडतंय ध्याचं.

– नगं हासूस कारभारणी
दुर्मिळ हाय तुझा रंग.

केवड्याच्या पोटरीला
खरंच डसंल भुजंग.

४४ । मळ्याची माती

कणसं

रेशमाची कणसं
डोकावली बाहेर
पोपटी पोटरीच्या
उबार कोटरातनं
बघाया जगाची
कोवळी नवाळी;
हिरव्यातली,
गारव्यातली,
मैदान मुलुखातली.

टोचं तुरीचं
उघडून पिवळं डोळं
कौतुकलं न्यहाळून
रेशमी बाळांना!
मिठ्या मारत
थाटांच्या पायांशी
घेर धरला त्यांनी
''बाळ झाला! बाळ झाला!''

सरल्या भांगलणी.
थांबली आऱ्याआऱ्यांतली
उनाच्या तिरपीत घामेजणारी गाणी.
डोलू लागला अन्
शेवरीच्या शेंड्यावर
मडक्या-फडक्याचा
फाटका कन कावळा.
डवंग्याच्या जवळ
उंच किडमिडा
राहिला डोळं वटारून

मळ्याची माती । ४५

बाभळ-मेढींचा माळा.
हाऽहाऽ! हूऽ हूऽ!
आली बघ! हूऽ हूऽ!
झालं शिवारांतनं
गोफण-धोंडं सुरू!

रक्त तुझे

रक्त तुझे हिरवे आहे;
ज्याच्या पेशींतून फुटते
वात्सल्याची छाया;
अग्नीच्या दाहक शिखावरही
जळणारे औदार्य तुझे
थंड आहे!
रक्त तुझे हिरवे आहे;
रंगच ज्याचा करून देतो
आल्हाद-चिन्हांकित
असंकटशील
जीवनपथ माळा-गाळातूनही.
रक्त तुझे हिरवे आहे;
ज्याच्या वाहिन्या घुसल्या आहेत
कणखर होऊन
कातळांच्या हाडांचे मणके
गोवून घेत,
पर्वत-पहाडांना मृदू करीत
ठाव घेत जीवन रसांचा
मातीच्या खोल काळजातून.
रक्त तुझे अमृताचे जनन आहे;

रसायनातून ज्याच्या
अमर होतात हे
मानव जंतू.
रक्त तुझे वाळवंटी जीवन आहे;
ज्याला प्राशून
हासत चालतात हे
द्विपाद प्राणी.
रक्त तुझे वस्त्र आहे
मानवतेच्या लज्जेवरील.
रक्त तुझे आरंभ आहे
मानवतेच्या संसाराचा.
रक्त तुझे 'राम' आहे
मानवतेच्या संस्कृतीचा.
रक्त तुझे रक्त आहे
मानवतेच्या धमन्यांमधले
रक्त तुझे चैतन्य आहे
मानवतेच्या आत्म्यामधले.
रक्त तुझे –
रक्त तुझे –
रक्त तुझे हिरवे आहे.

टाळ टाळियांचा

गर्भवासी माती
गर्भवासी ढग
दंग सावळं आभाळ
दंग मनाचीबी ऊब...

निळ्या गूढ पापणीला
काळं गूढ खुणावणं
झिम्मा खेळत्याती धारा
पान पान झाड-गाणं...

गंध-समाधी लागली
धुंद माऊलीचं मन
टाळ टाळियांचा झालो
जीव गगन गगन.

हिरव्या रानात...

हिरव्या रानातनं
हिरव्या रानात –
घराची लक्ष्मी
शेताच्या सपनातनं
आपल्या सपनात.

सई सईच्या सावलीत
सई सईला जपत
सई सई अवघडून
सईपाई सई खपत.

तिची हिचीच
हिची ती तिची सपनं
भवती भवतीनं हिची-तिची पानं
हिची-तिची रास,
हिचं तिचं गाणं.

मधारीच्या फांद्या

आटीपलं तुझं धुणं...
... आणि पाणी खळाळलं.
मोटा हुर्द्यात जुंपल्या
पाणी जिवात व्हाइलं
किती चीप घासशील...
...गुंजाळल्या गोऱ्या मांड्या
माझ्या पिकूनढ्यान झाल्या
धुंद मधारीच्या फांद्या.

५० । मळ्याची माती

हलग्या

मनांत हलग्या	ताणांतल्या.
सपनांत लेजमा	नादांतल्या.
फुलांच्या धुंदीचं	शेमल्यांचं रंग
कुस्त्यांची पोरं	जिवांत दंग.
खन् खन् खन्	झुळ् झुळ् झुळ्
वड्याच्या पाण्याला	नदीचं खूळ.

उभ्या उभ्या

उभ्या उभ्या दुखत आलीस
...पाटाचं पाणी
जीव उडून चालल्यागत
उसाच्या वाकुऱ्यांतनं तळमळलं
...पाला कापलेल्या उसाच्या गोऱ्या अंगावर
तर्र हुबा ऱ्हायला कुसळांचा काटा.
...ढगांची घोंगडी खांद्यावर घेऊन
डोंगर उतरणारी झाडं
दचकून तिथंच थांबली
काटा भसकरल्यागत.
डोंगर-वाटांच्या जुंपण्या,
तशाच पडल्या
भ्यालेल्या सशाचं मन गवतात घेऊन.
...आणि खळाळलीस
पाण्याला एकदम भवरा पडल्यावाणी :
''परमुलखाला जातासा.
पर ह्या
पायांवर पडलेल्या पाण्याला
इसरूं नका.
...ह्या पदराची शपथ.''

भूल

चवळिच्या वेला
पवळिच्या फुला
पिवळ्या हळदिला
अंगांत लागलं फुल फुल फूऽल...

नवलाइचीऽगं
कवळिक बाई
तजेल भिजली...
जिवास पडली भुल भुल भूऽल...

बिजलिच्या चोची
शिवाऽर टोची
घायाळ माची
झिणझिण झाली दंग दंग दंऽग...

झुलून झुलून
माझ्यावर पडली
दंडा-मांड्यांत
पाखरं उडली
हुरडा झालं अंग अंग अंऽग...
रंगुन उरलो रंग रंग रंऽग...

मळ्याची माती । ५३

तू येतानं

पावसाची चिपळी चळचळ हुईत
तू समोर येतानं;
अंगाअंगाच्या कोनाकोपऱ्यातनं
पिकं तरारत्यात सरीसरीत,
गुदगुल्या करत
मोटंला फुटतंय पाण्याचं गाणं
पाटापाटातनं.
बैलांच्या अंगातनं इस्तू रसरसतोय
वारा प्यालेलं वासरू
सबंध कुरणाचा इचारतंय भाव.
खोडव्यांच्या ढेकळांची
पिठी-साखर पडती.
नाचणाऱ्या गवतांस्नी
बांध गुंडाळत्यात सपासप.
बिंड्यांचं चेंडू करत
हुरद्यात झेंडू फुलत्यात
खूळ लागल्यागत; आपल्या मनानं.
...पटक्याच्या चांदकोरीवर
केसरी रंग उधळत, उसळत
तू येतीस दोडक्याची फुलं वेलावर फुलवत,
मधारी आंब्याच्या पिकल्या फळातनं गंध खुलवत.
वयल्या वाऱ्यांत पिकं डिरकत्यात,
रानं झुलत्यात; वासानं घमघमत्यात
तू येतानं पावसाच्या चिपळीतनं.

एक दीस

भर दुपारीची बाभळ
ऊन-पिवळी धम्मक.
...चिपाडांच्या व्हळीतनं
वळवात पडलेलं, खोबरी आंब्याचं
कुक्कूरंगी तीन पाड.
त्येंनी जड झालेला
मांडीवरचा नशीबवान वटा.
केळीतल्या थंडगार पाण्यानं
जराशी वल्ली लाजलेली
ओठावरची रेशमी लव
ओठांनी अवस्थी पुसलेली
...डुईवरची झुबकी बाभळ
पिवळीधम्मक फुलंभरून हासलेली
...तरीबी अंगावर काटा हुबा ऱ्हायला हुता.
– असा एक दीस
ह्या कवळ्या गवतावर
डसत, घुसळत हिरवापिवळा झुंबरला हुता.

बापय आणि बायका

वासना व्हाईल तशी
ह्या बायकांनी आपली रूपं
दगडांतनं कोरून घेटलेली.
डुईवर पडलेलं पाणी
नागिणीगत वळवळत खालपत्तर यावं
असा अंगाचा चढउतार.
...बैलांच्या वसिंडागत थानं;
तसाच कंबरंखालचा इस्तार.
हाता-पायांत हत्तीणींच्या मांड्यांचं बळ.
मध-भाग चराचर वाकणारं पोलाद.
ह्या बायकांची रूपं
कणी कोंड्यांतनं लोखंडाच्या पुतळ्यागत
कठीण उठाव घेत उगवलेली.

— घामात भिजणारं, जीव आटवत
माती पिळून सोनं काढणारं,
उराच्या बिडाचा तडा गेलेलं;
तरीबी हलगीगत खणाखणा वाजणारं बापय
ह्येंच्या जोडीला असत्यात.
मातीत मिळालं तरी जलमभर उभं दिसत्यात.
...ह्यांस्नी पाषाण हादरलेला असतोय.
ऊन-पाऊस भेदरलेला असतोय.
पर्वत-डोंगर मागंमागं रेटत
ह्येंनी आपला जलम
वड्याचं पाणी करून प्यालेला असतोय.

पीकपीक-चिमण्यांस्नी

ह्या पीकपीक चिमण्यांस्नी
हिरव्या-पिवळ्यासकट उडून जायाचं असतं
आभाळाच्या सोन-खड्या कणसांवरचा
चवीचा हुरडा खायला
ढगांच्या माळावर साठलेल्या पाण्यात
आंघोळी करायच्या असत्यात
उनाची हळद अंगावर घेत घेत.
साता समिंदरांच्या काठाकाठावर
लग्नं लावायची असत्यात
पिवळीपिवळी.
पर
दाडरलेल्या बांधावर
जुनं-पानं खोपाट जपत
हळूच कवातर बाहीर येत
बसलेला असतो कुबडा राखणदार म्हातारा
चुचकारत.
लांब जुन्या पटक्याच्या
मळक्या चिंध्यांस्नी गाठी मारत
फोंड्या डुईला गुंडाळतोय.
—अंडील बैलांच्या नाकांत घालाय
ह्येच्याजवळ नव्याकोर असत्यात वेसणी
चरबट-अठ्यांच्या मांडीवर वळलेल्या
पीळदार, बिन-तुटणाऱ्या.
त्या वेसणी बघून,
गालावरच्या मिशांच्या सशाला भिऊन
कुपाच्या आतलंच माप घेत
पीक गपगार मुरून बसतंय
मनातल्या मनात

मळ्याची माती । ५७

वैनी

विड्याच्या पातळाच्या हिरव्या पदरानं
भराला आलेली शाळूची रानं
शेंडा-बूड घुसळत;
जोडव्या मासूळ्यांतनं
भिरंच्या भिरं पांखरांचं उडवत
आली वैनी–
दादाच्या जिवाचं
बावच्याचं रान
टचाटचा खुडत.
... नव्याभोर ढगात वादळ घुसवत
ठेवलं पाय पाटाच्या पाण्यात
पाण्याच्या अंगात
पहिल्या-वहिल्यांदा.
मोटंची भिंगरी उरात पेटत फिरत हुती.
पिवळी वीज खोलखोल शिरत हुती
...हुरड्याला आलेल्या दाण्या भोवतीनं
विजंच्या पोताच्या पाण्याभवतीनं;
फिरू लागलं
दिसाचा क्षण करत करत
वादळ ढगाचं खबुतरी डोळं;
नजरंतल्या नजरंत हुईत आंधळं.

नागीण

पानपान देठदेठ
इखानं दाट हिरवं-निळं करत
माळव्याच्या वेलांतनं
एक नागीण सळसळती.
वाळकाच्या कवळ्या किरळ्या
पायांच्या देठांवर
दहाजणी जित्या झालेल्या,
पडवळाची मुरड
कमरंत मुरडून लपक लपक लवणारी,
हातांच्या तळव्याला
कवळ्यालूस बारीक भेंड्या
बोटाबोटातनं लागलेल्या,
फिकट पिवळ्या पानांची
सबंध कवळकी
अंगाच्या जिभांनी
चाटूनपुसून प्यालेली,
वाऱ्याच्या उनाडकीला
पदरासकट कमरंत खोवून;
डोळ्यांच्या जिभांनी,
उराच्या फण्यानं जगावर उसळती;
अशी एक नागीण समोरनं सळसळती.

मळ्याची माती । ५९

वनवासी बन

शिऱ्यांचं शेंडं धरून
वाऱ्यावर अकड्यांत लोंबकळणारं
शेंगांचं नशीब
...पिवळी फुलं फुलफुल फुललेली
काट्याकाट्यांत जीव करून हिरवा-पिवळा
जित्या झालेल्या बाभळी
काळ्या काळ्या धनगरांच्या
जीव धरून जगणाऱ्या...
सुंबरानं मांडीलंची पालवी फुटलेल्या...
हिरव्या-पिवळ्यातनं काळं काळं जगणारं
बाभळीचं वनवासी बन...

कळ

आभाळाचं इगरलं डोळं
रातध्याड पाऊस-पाणी.
मन भिजून किच्च झालं
गारठा कुडकुडतोय माझ्यावाणी.
अंधार-घरात घोंगड्याच्या खाली
भुंकंच्या खाईवर भूत नाचतंय.
नाड्या सुकलेल्या
खारीक-हातांत;
'कामकाम' कायतरी मागतंय.
चुलीच्या पोटात धग न्हाई,
तव्याच्या डोळ्यात राग न्हाई.
वाशांच्या डोस्क्यांत
किडं पडलेलं;
त्यांस्नीबी काम न्हाई.
...मातीला आता शिरावी ऊब,
दिसाच्या पोटाला लागावी कळ.
ढगांनीबी आता आभाळ सोडावं;
इळ्या-खुरप्यांस्नी यावं बळ.

कारळातलं कडू

भुईनं पसरला उनाला टाळा
तंगून, दुभंगून कणाकणात.
कुदळीचं दणकं सोसून ढेकळं
फुटलेलं मणकं जपत्यात मनात.
चाबूक-वादाड्यांत वंगलेला रेडा
एका पेंडीला सावलीत राजी.
उदंड जलम जगून म्हातारी
आखिरीला वेचतीया घुळीची भाजी.
...घे कुदळ फोड हेंडा.
रातभर कनकन...उताणं पडूं
...मध न्हायला फुलाच्या बोंडात,
तोडात उरलंय कारळातलं कडू.

६२ । मळ्याची माती

कापसाची गाडी

कापसाची गाडी शिगार भरून
निळ्या चालीची लावणी गुणगुणत
आभाळ चाललेलं इक्रीच्या बाजारला.
...धुक्याचं सुख
मनावर तरळतेलं
राती पडलेल्या गोड सपनांचं.
...इचारांच्या तंद्रीत
ठळक चांदण्यांचं पैसं
छनाछना वाजतेलं लांब परभारी...
                    (देवघरांत!)
उगवतीच्या आडोशाला बसून
देव खंदील लावतेला...
वात वर आलेली.
...मोहर आलाय हुरद्यात
          हिरव्या झाडांस्नी.
अंगावरचं पान नि पान
फडफडाय लागलंय.
–ऐकू आलं काय गं,
दिसाचं सोन्याचं हात
आता हुंबऱ्याला लागतील;
ऊठ. कापसाची गाडी घेऊन
येरवाळी जायला पाहिजे
          कोल्हापूरच्या मार्किटाला.

उगवता उगवता

...उगवता उगवता
मातीसंगट तुझी-माझी गाठ मारलीस
कणीस-भुरभुर मोत्यासाठी...

ढग बघता बघता सावळा बापय झालास
इठूरायागत पानांचं हात कमरेवर ठेवून;
तरी पोरीला जलम दिलास.
पुरुषागत पुरुष असून बायकागत
डुललास हिरवा-काळा.

...लेकीचं बारसं करूं.
आभाळ-पाळणा
मनानं हलवू...आपला जलम,
शिवार झुलवू.

चिमण्यांनू या
घामाच्या घुगऱ्या खावा,
भुर्रर म्हणून जावा... मोत्याच्या गावा.

कापणी

उगवतीची पोटरी
उसळून आलेली कणसावर
शेताकडंच्या उमद्या गवतात
मोती-जुंधळ्याचं हातरून दहिवर.
—सानंच्या दगडावर बोलता बोलता
पोलादी विळं हासलं आज;
दिसाच्या रसात बुडून आला
तलवार-पानाचा पांढरा साज.
...उरलेल्या आमटीच्या तांबड्या पाण्यात
शिळ्या भाकरीची पडली बुडी.
...नागड्या नाचणाऱ्या पाटंच्या थंडीला
पिठीसाखरंची आली गोडी.
बांधाच्या पाळीवर जुंधळ्याच्या कणसांनी
केला वाकून आखेरीचा मुजरा.
धाटाधाटातनं विळं नाचतानं
घाम झाला मोत्याचा गजरा.
...कैक मिठ्या विळ्यांच्या, सडांच्या
चुकून पडल्या हातांला, पायांला.
...सोनं होऊन लागलं धुंदीत
जखमातनं रगत सुखानं व्हायाला.

शिवळेचा फास

पाणी पाणी म्हणत पडलेली वढीची रानं;
ठिक्करलेल्या काळ्या ढेकळातनं जराबी न्हाई ओल.
खोल खोल हिरीच्या ढासळत्या काठावर
घेरी आलेली चाकपट आवरती तोल.
जिवाला टांगून घेत आत आत उतरणारी
अंगात पाणी भरून घेऊ बघणारी मोट
व्हाणाऱ्या भोकांस्नी ठिगळांनी दाबत
वर येती, तरी आर्धंच ऱ्हातं भकाळ पोट.
दांडग्या सुसरीगत तोंड; खरं चिमणीगत चिवचिवतं.
चौकोनी डोणीत पाणी भकासतं म्हणत; 'उदाऽऽस'.
...कुथणाऱ्या, मुतणाऱ्या बैलांच्या तोंडांस्नी
वडताना आवळतो शिवळेचा फास.

६६ । मळ्याची माती

गाडी

मधनं मधनं गचकत, कचकचत
कलंडू बघणारी कडब्याची शिगार गाडी.
तिचं कासरं हातात कचणारं
...असं नशीब.

हाडांच्या झाडांवर कातडं कांबरलेली बैलं;
त्यांस्नी उन्हाच्या वादाड्यानं फोडायचं,
खाचा खळग्यातनं फुडं दबवायचं.

...ढोरांच्या नशिबात कडबा,
आमच्या नशिबात खराट-घोट गाणं.
... चल बैलाऽ वड बाबाऽ.

भर दुपारी

भर दुपारी
दूध-गंगेच्या लांब लांब
कुरणावर चराय गेल्यावर;
जिवात रान उगवतं,
रानात हीर उगवती,
हिरीतनं किरणं उगीवत्यात
हिरवीचार कांद्याच्या पातीवाणी,
पोसवायला आलेल्या खपलीवाणी,
हासाय लागलेल्या कापसावाणी.
मोटंसनं सुटलेल्या सोन्या बाळ्यांचं सुख
दावणभरून पडलेलं असतंय गारेगारवाणी.
उनाला दचकून
आंब्याखाली बसलेली सावली
बडबडत असती कायतरी
                    ...भावंडांनी.
...पर तिकडं फोंड्या माळावर
उनाला खूळ लागलेलं असतंय.
झळा खाईत फळू बघतं उंडगं रान.
नशिबाला घाम घालत
जल्माचा दगूड करून
आई लावती त्येच्यावर श्याण.

६८ । मळ्याची माती

मेली! बरं झालं

मेली!... बरं झालं. हिच्या मनानं
उनातानातनं वादाडं खाईत
वडराचा गाडा वडवड वडला.
हिला कामं वडताना बघून
माळावरचा कातळ रडला.
...नशिबातल्या खड्ड्यातली दगडं
उरावर मरूस्तर रचली हुती.
भुकंच्या उवा लिका मारता मारता
हिची बोटं पिचली हुती.
...वसाड जन्माच्या सांदिरीत एक घोरपड
लई दीस आत जाऊन बसली हुती.
चेंगट जीव धरला हुता; जरी
आंतड्याची नखं तुटली हुती.

– मेल्यावर जिती असती तर
अंगाचं कातडं मोट कराय इकलं असतं,
हाडांचा चुना बाजारात ठेवला असता,
केसांच्या वाखाचं कंठं करून
गल्ली बोळातनं खपवलं असतं.
आल्या पैशानं पोट भरून जेवली असती.
जणू तिला रस्त्यावर
फुकट पावली गावली असती.

– हिला कफान नवं आणू या,
ऊन कडकडीत पाणी घालू या
म्हंजे पिंडाला कावळा शिवंल.
मेली!... थंड थंड झाली.
शेवटचं जळल्यावर
सगळा जाळ कायमचा निवंल.

मळ्याची माती । ६९

वळख ठेव

ताक-कण्या खाऊन शिकलास.
कांगुण्यांचा जलम; त्येंचं मोती झालं.
रांडमुंड आईनं ह्या वंसाच्या वेलीवरचं
मिणमिणतं ठावकं उदंड दणका केलं.

माती खाईत खाईत हात लांबवत
कुपावरनं आभाळाची धरलीस फळं.
दगडावरच्या गवताला
पाणी घालून नारळाचं पीक आलं.

हातांवरच्या चिऱ्या गेल्या, घट्टं गेलं.
शेणाच्या उकीरड्यात सोन्याचं फुटलं पेव...
वड-पिप्पळ होऊन उदंड जग;
पर गळत चाललेल्या गवताची वळख ठेव.

७० । मळ्याची माती

मोटा

...रानारानात रानभर मोटाऽ
पावलापावलात खोल खोल हिरीऽ
अंगभरून
आवड होऊन मोटा मोटाऽ
कळप-कळप बैलं बैलंऽ
नाच रक्तांत नंगाऽ नंगाऽ
नसानसांत खुरांचं अंकूर
डिरक्यांचा शहार दंगाऽ
गवळ्याऽ, बाळ्याऽ, लाल्याऽ याऽऽ
ऊस उगवत आलाऽ
जीव तुरा; तुरा जीव झालाऽ
ऊर झिणझिण आंबेराईऽ
तळ-झुळझुळ हिरवळ पायींऽ
चांदण्याचे रातीऽ
ये ग ऽ ऽ ये
...हिरीभरून बिचारंऽ पाणीऽ
चोची चिरून एकलीऽ चिमणीऽ
मोटाऽ मोटाऽ अवघड मोटाऽ...

सपनं पडत्यात

सपनं पडत्यात काळी काळी
आणि रानांतल्या ढेकळांस्नी
पाय फुटत्यात... जमिनीतनं उठत,
मला पाठमोरी होऊन... गुमान लांब
ढेकळं चालत्यात डुकरांच्या कळपागत.

...सपनं पडत्यात काळी काळी
आणि उनातल्या ढेकळांस्नी
डोळं फुटत्यात... बैलांच्या डोळ्यागत
                         पाणी भरलेलं,
हिरीएवढी खोल खोल
कहाणी भरलेलं.

सपनं पडत्यात काळी काळी
नि जिभा फुटत न्हाईत म्हणून
माझ्याकडं पोटभर बघत
डोळं मिटत्यात पाणी गाळून.

सपनं पडत्यात : ढेकळं उरावर चढत्यात,
हातभरून कुरवाळत्यात,
उतरून जाईत पायांवर पडत्यात.
जाग आल्यावर हुरद्याच्या कवच्या
जीव उडून चालत्यागत उडत्यात.
सपनं पडत्यात...

मळ्याची माती

...ह्या पहिल्या पावसाचं पाणी
मळ्याच्या अंगाअंगाला कुरवाळत असंल.
काळ्याशार कणाकणांवर, वळखीचा
घामाचा वास दरवळत असंल.
...तिथल्या बाभळींच्या बनाची
नाजूक केलेली बाळ-बेनणी
अजून त्येंची नीटघोल वाढ
जपत असंल खुणा अंग भरूनशानी.
...आंब्यांच्या झाडांस्नी कान देऊन ऐकावं;
नाव मनात घेत असतील,
वयल्या आवडातल्या सोन-केळी
माझ्यापायीच वीत असतील.
...मळ्यात पडणारा एक एक
माझाच वाटत असंल मातीला पाय
नांगरानं उंबळून तिचं हुरदं
वर येत असंल मलाच बघाय.
...ध्यायीची माती त्या मातीत मिसळावी.
दोनपण एकपणात घुसळावं.
तिच्या कणांतनं... माझ्या कणांत
एकच पीक वर वर उसळावं.

मी बघ्या पाव्हणा

चाक-कण्याच्या फिरत्या तालावर
आपल्याच नादात गाणं म्हणती मोट.
तोंडभरून पाटात हसत-खिदळत
आपलाच बघतंय पाणी चालण्याचा थाट.
मोटा भरून जाती वर; लाटा
हिरीच्या काठाकाठावर झिम्मा खेळत्यात.
आपल्याच दाट धुंदीत कोलमडून
मागंफुडं सरकत एकमेकीच्यावर पडत्यात.
पाणी पीत पीत... वारा खाता खाता
रानाला हिरवी गुंगी चाललीय चढत.
नागाच्या रागाचा जवान पाडा
माझ्या परकेपणावर उठलाय फुत्कारत.
...मी बघ्या पाव्हणा; मातीच्या द्रिष्टीला
ओळख लागेना झाली काळ्या बुटांची.
परकी वाटाय लागल्यात अंगातली
बगळ्यागत पांढरी कापडं बिन-डागांची.
...आपला आपण आविष्कार करत
हिरव्या सृजनात गुंग झालंय रान.
रगताचं नातं तुटून परका झालेल्या माझं
घाबरं-घुबरं झाल्यात पोरकं प्राण.

७४ । मळ्याची माती

पांढरी घर-कोंबडी

पांढरी घर-कोंबडी नोकरी.
मांडलेल्या मंडईत विकत फुलं.
...तुझ्या पिकाचं शेमलं प्राणांत
                    भुरूला झुललं.
पायताणांची पावलं गोरी झाली,
                    पँट आली;
उंच ढासळत खोल गेल्या
तुझ्या अंगावरच्या मुकाट केळी.
छत्रीखालचे पावसाळे; तरी मनात
तरारून शहारली बाळ-पिकं.
फुलत फुलत जाऊन खुरपणी केल्या
उनाताणात धरली गच्च औतं.
...घाम गळला पर न्हाई मिळाला
                    ऊस-गुऱ्हाळाचा रस.
दीडशे मैलांवर वास येत हुता; तरी
...गाठायची हुती धावत जाणारी सिटी-बस.

माती हे धन असतंय

ऊनपावसांतनं दगडाधोंड्यांतनं व्हात व्हात
आमच्या रक्तातनं नद्या झुळझुळत्यात.
फोंड्या माळांवर उघडी पडलेली
पाण्यांची तळी हुरद्यांत हुरहुरत्यात.
काट्याकुट्यांच्या बाभळ-बोरी... तरी फुललेल्या
गाण्यांत-लावण्यांत पिवळ्या रंगत्यात.
घामाला-रक्ताला झपाटलेल्या कामांनी
कवा मनं दंगत्यात... कवा दुभंगत्यात.
कातळाखालचं गार गार झरं
दुखोळ पडल्यावर पोटांत-व्हटांत निघत असत्यात.
उघड्या-नागड्या ह्या देहांच्या मागनं
डोंगरकपारी हळूच वर बघत असत्यात.
...डोंगरागत आमचा देव असतोय.
ह्या डोंगरालाबी दगडाचं मन असतंय.
हे मन फुलीवतानं आम्ही मातीत जातोय;
...पर मातीत गेलो तरी माती हे धन असतंय.

हे माती, हे माते,

काळे काळे विठ्ठल-रूप तुझे;
तू तुझ्यात असतेस दंग.
तुझ्या जीवनात तुझे विर्घळणे चालते.
तुझा तुझ्यात गडद होत जातो रंग.
धन्यतेच्या संवेदना अंकुरत-उंकारत
भक्तिरूप पीक उमलत येते मनावर.
एका वाऱ्याच्या हातात खंडोगणती चिपळ्या;
नाद धरलेला असतो ध्यानमग्न पानांवर.
पावसाच्या बोटांतून नभ कुर्वाळत येते तुला
फूलफूल फुलतीस गंध-मादकसे सुख.
हिरव्या समाधीला मुक्ति-फळ साक्षात्कारते;
ऊन-थंडी-पलीकडचा शाश्वत हुरूप.
...दुःखात अनुद्विग्न, सुखात स्पृहाहीन राहतेस.
जगाला कल्याण देतेस तरी हुर्द्यात खूप खूप उरतेस.

मळ्याची माती । ७७

तू संयमशीला

चेंडूसारखे चिमुकले क्षुद्र
किती किती सूर्य गेले तुझ्यावरून.
तुझी प्रसन्न शांती होरपळून पाहात,
तुझी दया-दानत भेगाळून भेगाळून,
किती युगे तुझ्या अंगावर
उड्या मारून उडून गेली.
किती संस्कृतींची बाळे उठून
नसलेल्यात नाहीशी झाली.
फुलून फुलून घेरी आलेल्या गंध-वेड्या
ऋतूऋतूंनी तुला समर्पण-भाव दिला.
अफाट-बेफाट सापडेल तिथं पसरत
पिकांचा दरया फुललल्यावरही तू संयमशीला.
सत्-चित्-आनंद तू;
आविष्कारातही असतेस स्तब्ध.
फळाफुलांच्या झाडाझुडुपांच्या
कलाकृतींना मौनाचेच असतात शब्द.
तुझ्या सूक्ष्म कणांतील प्रचंड आशय
वड-पिंपळांतून आविष्कार घेत जातो.
वेद-उपनिषदांतील चिरंतन उन्मेष तुझा
वस्तूवस्तूवर सौंदर्यत आकारतो.

शब्दार्थ व टीपा

आपलं आपूणच जपायचं :

खोडव्याची ढेकळं : एकदा ऊस तोडून नेल्यावर पुन्हा जो ऊस येतो; त्याला 'खोडवा' म्हणतात. तोही तोडून नेल्यावर जी नांगरट केली जाते; त्या नांगरटीच्या वेळी खोडव्या ऊसाच्या मुळकांडाची मोठी ढेकळं निघत असतात; त्यांना खोडव्याची ढेकळं म्हणतात.

सऱ्या उजरणे : 'सऱ्या' म्हणजे नांगराने केलेले छोटे, कमी लांबीचे पाट. त्या पाटांत पडलेले ढेकूळ बाजूला उचलून ठेवणे म्हणजे सऱ्या उजरणे. *(उजरणे - नीट करणे.)*

हातूपं : हातोपे, बाह्या.

आरा : दोन किंवा चार सऱ्यांचा एक आरा असतो.

आरा धरणे : दोन किंवा चार सऱ्यांची एकदम भांगलण करत जाणे.

पेरणीच्या दिसांत :

वार करणे : उपास करणे. *(उदा. 'आज माझा सोमवार आहे.' अशा अर्थी.)*

पेरणी लागणे : पेरणीचे दिवस सुरू होणे.

टोकणणे : खुरप्याने अळी करून पेरणी करणे.

ईळभर : दिवसभर.

मुभा : मोकळीक.

इळाच्या पोटी : दिवसभरात.

ओटी उरवणे : पेरणीच्या दिवसांत; कामावर आलेल्या मजुरांच्या ओटीतील उरलेले धान्य *(इथे शेंगदाणे)* त्यांना घरी नेण्यास परवानगी देतात. *(ओटीतील धान्य काढून घेऊ नये, ओटी 'भरायची' असते; असा संकेत आहे.)*

भर उनाचं :

आरतीपरती : कशीबशी, स्वस्तात, मागतील त्या दराने.

देवाघरी रुजू होणे : देवाघरी नोंदली जाणे.

लई वाटतंय :

पिसं : भूत.

राम आटणे : प्राण जाणे, जीव नकोसा होणे.

पट्टी : शेताचा तुकडा

पुढंला :

पुढंला : पुढच्या वर्षी, येत्या सुगीला.

पेरणी वाढणे : पेरणी करणे.

पिकापरास : पिकापेक्षा.

खोडव्याच्या रानात : खोडवा ऊस काढून टाकलेल्या रानात.

कडवाळ : विहिरीच्या पाण्यावर पोसवलेला जनावराचा हिरवा चारा.

खांड : रानाचा ठरावीक लांबीचा (अंदाजे चाळीसभर फूट) तुकडा.

मुगोरा : कोवळे गवत.

कडंवडंचा : कडेवरचा.

मायंदाळ : भरपूर

घाणा : गुऱ्हाळ.

तंबाकू पायजे जपाय : तंबाखूचं पीक चांगलं जपलं पाहिजे; आणि उत्तम आणलं पाहिजे; कारण ते 'पैसा देणारं' पीक आहे.

बोजा : कर्ज.

शेवरीचं लगीन :

सारावर : मोठ्या पाटावर. *(बांध घालून तयार केलेला पाट.)*

वरण्याचा : पावट्याचा.

तांदूळ टाकणे : अक्षता टाकणे.

माळ्यावर : माच्यावर.

मळणी :

भळ : जमिनीला पडलेला तडा.

ढळ फुटणे : अतिशय ओझ्याने अंग ढळणे, थरथरणे.

दबवणे : हाकणे.

जातो हो :

सकाळधरनं : सकाळपासून.

कडूसरीला : बुडायला *(शब्दश: आभाळाच्या कमरेवर.)*

पाणी माराय पायजे धावंवरनं : धाव म्हणजे; मोट ओढताना बैलांची जी जाण्यायेण्याची (धावण्याची) जागा असते ती. उन्हाळ्याच्या दिवसांत धूळ उडू नये व गारवाही राहावा, म्हणून रोज सांजच्या मोटा सुटल्यावर धावेवर पाणी मारून ठेवतात. त्यामुळे ती घोटीव राहते.

आंब्याच्या सावलीत :

कुकूकोंबड्याची : भारद्वाजाची.

गुलबार चिच्चंवर : दाटकिर्र पाने असलेल्या चिंचेवर.

सडाच्या वावरात : जोंधळ्याची कापणी झालेल्या रानात.

बळवंकी : बगळा ***(स्त्रीलिंगी शब्द)***

पाण्याच्या वाटंवर :

कैंगटून : रडकुंडीला येऊन.

त्येनी : पती, नवरा *(आदरार्थी शब्द)*

कावून : वैतागून, रागावून.

वाटंवरच्या जुंधळ्यात :

देबाजा : दिमाख.

सरकदान : आक्रोश; आरडाओरडा.

या थंडीच्या दिसांत :

कांबरुणात : पांघरुणात.

किचकाटातल्या : ओढ्याच्या काठावर वाढलेल्या विविध प्रकारच्या गवतामुळे, त्या गवतात पालापाचोळा अडकल्यामुळे जी स्थिती निर्माण होते, तिला किचकाट असे म्हणतात.

चकमक : खेडेगावात पोलादाचा तुकडा गारगोटीवर घासून विस्तव तयार करतात. त्या तुकड्यास व गारगोटीस चकमक हा शब्द वापरतात.

लांबडं : सर्प.

बाळ आता :

मुंडरं : भुंडे.

पंजीतिडा : पंजी म्हणजे धोतर, कमरेभोवती धोतराचा एक तिढा घेऊन कोल्हापूरकडचे पैलवान धोतर नेसतात; त्याला पैलवानी पंज्याचा तिढा असे म्हणतात.

पटक्याची : फेट्याची.

भुईचालीचं : भोई लोक वापरतात ते एक विशिष्ट पद्धतीचं पायताण.

गोंदणं :

तांबूळ रानात नुकत्याच उगवून आलेल्या विविध धान्यांच्या कोवळ्या पिकाकडं पाहून आलेला अनुभव व्यक्त केला आहे.

'सीताराम' : खेडेगावात कुठेतरी जत्रेला नणंद-भावजया जात असतात. अशा वेळी दंडावर नवऱ्याचं नाव, देवाचं नाव गोंदवून घेत असतात.

झालं मातरं जल्माचं :

बाबूगत : 'दादा'च्या वारगीचा शेजारचा तगडा मुलगा.

पापुदरा : पापुद्रा; अतिशय सडपातळ.

गोळं : स्नायू.

पट : व्यायामाने दंडा-मांड्यांवर येणारा स्नायूंचा फुगीर भाग.

मळ्याची माती । ८१

भाता : लोहाराचा वारा घालायचा भाता.

भोमंच्या पुनवंला :

न्यहार : निर्मळ.

खळणं : स्वच्छ.

शेव : पदर

फड : आवड.

गेलं असतील भुक्यावुनी :

'नसंल नेटत धराया, सोंदूर शिणल्या पायानं' : विहिरीच्या तळात गेलेली मोट भरण्यासाठी उजव्या पायाखाली सोंदूर जोर देऊन धरला की भरते. भुकेनं अंगातील त्राण गेल्याने ते काम जमत नसेल.

'कसा दाबतील नाडा' : मोट पाण्यानं भरल्यावर ती नीट आणि गच्च भरण्यासाठी जोर करून एकदोनदा नाडा हातांनी ओढावा लागतो.

निसाकसानं : कस काढून घेणाऱ्या कामानं.

इस्त्याचा : विस्तवाचा.

चाकपटीवर : ज्याच्यावर चाक फिरत राहते ते आडवे ताशीव लाकूड.

उठा आता : (प्रस्तुतच्या कवितेत भांगलणी करणाऱ्या मजूर स्त्रियांची सामुदायिक भावना व्यक्त केली आहे.)

डोणग्यात : डोणगे : मोटेचे पाणी ओतण्यासाठी तयार केलेला पत्र्याचा वाफा.

शिवळंसनं : शिवळेपासून. 'शिवळ' म्हणजे मोट ओढण्याचे साधन.

(मोटेचे जू).

कडबा तोडाय लागलं : गंजीचा कडबा काढून तो बैलांना रात्रभर घालण्यासाठी तोडून खाण्यायोग्य करून ठेवावा लागतो.

पाणकेबी : पाणकेही. (पिकांना पाणी पाजणारे).

शिरी : बाभळीच्या काटेरी छोट्या फांद्या.

चला कराया जेवणं : स्वैंपाक करायला चला.

करा मुठी गोळा : भांगलण करताना काढलेले तण ठेवत पुढे पुढे जातात, त्यांना 'मुठी' म्हणतात. भांगलण संपली की त्या मुठी गोळा करून टाकायच्या असतात.

कासूटं : कासोटे.

वसणं : वसणे. (एक वचन : वसण. भांगलण करताना खुरप्यांना चिकटलेला चिखल, माती.)

भाकरी :

फण : बांडग्याचे लोखंडी तोंड असलेले लाकडी दात.

(बांडगे : रान बांडगण्याचे औत. रात्री आकाशात जे मृग नक्षत्र उगवते; त्यातील तीन ठळक चांदण्यांना ग्रामीण जीवनात 'कुरी' किंवा 'बांडगे' असे नाव आहे.)

आली चोथ्यानं वर शेंग : घोसच्या घोस शेंगा वर आल्या. (दाटकिर्र चांदण्यांना उद्देशून दिलेली उपमा.)

: शेतातील भुईमुगाच्या शेंगा काढण्यासाठी कित्येक वेळा वरचे वेल प्रथम खुरप्यांनी खुरपून घेतात. नंतर रानात बांडगे घालून ते रान बांडगतात. त्या वेळी रानाच्या पोटातल्या पांढऱ्या शुभ्र शेंगा काळ्या रानात दाटकिर्रपणे वर आलेल्या असतात. आकाशातील चांदण्या बघून ही उपमा दिलेली आहे.

नाद मोटंचा ऐकून :

चाक-दांडा : चाकाचा कणा (मोटेच्या चाकाचा लाकडी कणा म्हणजे दांडा पाण्याने भिजला की वाजत नाही.)

कोयंडा : चाबकाची काठी, दांडा.

बाहुल्या : चाकदांडा ठेवून ज्यांच्यावर चाक तोलले जाते त्या लाकडी वस्तू. चाकाच्या दोन्ही बाजूला दोन बाहुल्या असतात. (बाहुल्यात खोबरे घातले की चाक वाजू लागते.)

केवड्याच्या पोटरीला :

ध्याचं : दिवसाचं.

कणसं :

टोचं तुरीचं : एका आळ्यात तीन-चार तुरीची झाडं असतात. त्या सर्वांना मिळून एक टोचा म्हणतात.

पिवळं डोळं : तुरीच्या पिवळ्या फुलांना उद्देशून दिलेली उपमा.

थाटांच्या पायांशी : जोंधळ्यातली तूर ही थाटांच्या आळ्याजवळ घातलेली असते. तूर ही जोंधळ्याच्या थाटांपेक्षा उंचीला कमी आणि संख्येनं जास्त असते. जणू ती थाटांच्या पायाशी घेर धरून उभी असल्यासारखी वाटते.

किडमिडा : हाडांचा सांगाडा वाटावा इतका सडपातळ.

रक्त तुझे :

शेतकऱ्याचे रक्त हिरवे सृजनशील आहे. मातीचे रक्तही हिरवे सृजनशील आहे. मानवतेचं सर्वार्थानं कल्याण करू पाहणारी ही माती आणि हा शेतकरी एकच आणि एकाच वृत्ती-प्रवृत्तीचे.

हिरव्या रानात :

पोटात 'अंकुर' जपणारी, घराची लक्ष्मी असलेली गृहिणी, पोसवू पाहणाऱ्या सृजनोत्सुक हिरव्यागार शेतातून खपत असताना, या दोघी मैत्रिणी एकच प्रकारचे स्वप्न अनुभवत आहेत व दोघीही एकमेकींसाठीच आहेत, दोघींचंही एकच जीवनगाणं आहे; हा अनुभव कवितेत व्यक्त करण्याचा प्रयत्न केला आहे.

हलग्या :

'ताणात' आलेल्या स्त्रीसहवासोत्सुक उन्मादक मनाची अवस्था; या कवितेत व्यक्तविलेली आहे.

हलगी : चामड्याला ताण देऊन वाजवायचे ग्रामीण वाद्य.

शेमला : फेट्याचा सोडलेला पदर.

वड्याच्या पाण्याला, नदीचं खूळ : 'ओढ्याला' 'नदीला' भेटण्याचं वेड.

उभ्या उभ्या :

वाकुऱ्यातनं : वाकुऱ्यातून, वाकुरे : वाव दीड वाव लांबीच्या चार सऱ्यांनी तयार केलेली मुरड.

भसकरणे : खोल घुसणे.

जुंपण्या : बैलांना मोटेला जुंपण्यासाठी वापरावयाची लांब काळी वादी. कित्येक वेळा या जुंपण्या गवत बांधण्यासाठी वापरतात. बांधण्यापूर्वी त्या लांब आंथरतात. डोंगराच्या पायवाटा तशा दिसत होत्या.

तू येतानं :

खोडव्यांच्या ढेकळांची... हुरद्यात झेंडू फुलत्यात : खोडव्याची ढेकळं फोडताना तू आलीस तर त्यांची पिठीसाखर (फोडून फोडून) होते, मोठमोठे बांध सपासप गुंडाळून टाकल्यागत वाटावेत इतकी गवत कापण्याची गती वाढते. मोठे भारे (बिंडे) चेंडूसारखे उडवून डोक्यावर घेतले जातात, हृदयामध्ये झेंडूची केशरी, पिवळीहडूळ फुलं फुलतात.

ह्या पीक पीक चिमण्यांस्नी :

निळ्याभोर आभाळाखाली हिरवं-पिवळं उगवणारं, कोवळं, वर मुख केलेलं पीक, त्यांच्या डोळ्यांत तरळणारी सोनेरी स्वप्नं. त्यांना जुनाट चरबट बांधानं घातलेलं बंधन, त्या बांधावर बसलेला तितकाच जुना वाटणारा म्हातारा, त्याचं चाललेलं काम. हे सगळं पाहून मनातही स्वप्नांची सोनेरी पिकं असल्याच्या संवेदना, जाणिवा होतात... असाच कुठला तरी युगानुयुगं बसलेला व्यवहाराचा, वास्तवाचा म्हातारा स्वप्नांना दरडावताना दिसू लागतो आणि मग मनोवास्तव आणि समोरचं वास्तव एक होऊन कविता आकाराला येते. तीच ही कविता.

८४ । मळ्याची माती

नागीण :

माळवे : भाजीपाला.

वाळकाच्या : काकाडीच्या. (मूळ शब्द 'वाळूक')

वनवासी वन :

काळ्या काळ्या काटेरी बाभळीचं वनवासी वाटणारं बन. आणि त्या बनातूनच हिंडणारे काळे काळे वनवासी धनगर. दोघांचेही काट्याकुट्यांतील खडतर जीवन. पण बनही हिरवेगार झालेले आणि आपल्या मेंढरांना हिरव्या हिरव्या बाभळीच्या शेंगा व शिरी (*फांद्या*) भरपूर खायला मिळतील म्हणून धनगरांची वनवासी मनंही हिरवी हिरवी झालेली... दोन्हीही एकच वाटणारे.

अकड्यात : धनगरांची शेंगा काढायची अकडी; तिच्यात.

कळ :

अति पावसात काम नसल्यामुळं उपाशी मजूर-मनाची कुचंबणा.

कारळातलं कडू :

शेतमजुराच्या मनाची स्थिती. उनातानात दीसभर गाडीभर कामं करूनही एका भाकरीला राजी व्हायचं. मध गोळा करून शेतमालकाला द्यायचा आणि स्वत:च्या नशिबी कारळातलं (कडू जहर असलेलं एक फळ) कडूच यायचं.

उगवता उगवता :

पोटरी पडू लागलेला जोंधळा बघून करुणायुक्त उदंडता वाटणाऱ्या शेतकऱ्याची मन:स्थिती.

मळ्याची माती :

बाळ-बेनणी : झाडं लहान असताना त्यांच्या आडव्या-तिडव्या फुटणाऱ्या फांद्या तोडून, वर जाणाऱ्या फांद्या तेवढ्याच ठेवल्या जातात. त्यामुळे झाडांची वाढ नीट होते. लहान झाडांच्या अशा फांद्या तोडण्याची कृती म्हणजे 'बाळ–बेनणी.'

ध्यायीची : देहाची (स्त्रीलिंगी शब्द)

माती हे धन असतंय :

दुखोळ : दुष्काळ.

पाचांमुखी

(पाच मान्यवरांचे अभिप्राय)

एक

प्राकृत कवींच्या 'गाथा'मधील गुणविशेष असलेला संग्रह

– डॉ. वि. वि पटवर्धन

'हिरवे जग'. मुंबई सरकारने खास पारितोषिक देऊन गौरविलेला श्री. आनंद यादव यांचा हा अस्सल ग्रामीण भाषेतला काव्यसंग्रह. शहरी कवींनी व लेखकांनी कल्पनेतल्या रम्य जानपदावर लिहिलेल्या वाङ्मयाचे दिवस केव्हाच जुने झाले. आज त्या त्या जानपदांत राहिलेले, वाढलेले, तिथल्या सुखदु:खांशी समरस झालेले प्रादेशिक लेखकच पुढे येत आहेत व खरेखुरे जानपद, खरे ग्रामजीवन तेथील वैभवासह, तेथील अवकळेसह, सत्य स्वरूपात वाङ्मयाद्वारे प्रकट करीत आहेत. सुखदु:खाचे अनेक गोड-कडु प्रसंग श्री. यादव यांनी जानपदाच्या खास गावरान भाषेत नाट्यपूर्ण पद्धतीने आणि मार्मिकपणे चितारले आहेत. तरण्या स्त्रीपुरुषांची त्यांच्या वैवाहिक जीवनातील मोकळी प्रीत येथे चांगलीच रंगली आहे. गुलबार चिच्चंच्या सावलीत, 'जुंधळ्या-मिरचीच्या कोरड्या कोंड्यांत । तरण्या प्रीतीचं अमृत मिसळून' येथे जीवन शृंगारते आहे. 'लावत जा रोज कुक्कू आणून कसंबी । न्हाईतर लावीन खुरपं मारून ।' अशी अघोरी भीती घालणारा, पण रसिक कारभारी येथे कारभारणीला लाभला आहे. गरीब शेतकऱ्यांची दु:खंही 'पेरणीच्या दिसांत,' 'लई वाटतंय' इत्यादी कवितांतून समरसतेने सांगितलेली आहेत. 'पानांचा इडा' या कवितेत, चंचीतल्या एकुलत्या एका पानाचा विडा आपल्या प्रीतिदेवतेला आधी करून देऊन, आपण गुमान बसणाऱ्या शेतकरी तरुणाचे चित्र शृंगारिकतेतही कारुण्य जागविते. 'हुलगलेल्या बाजारा'त घरच्या मुलांच्या ओढीने, बाजार करून झपाझप परत निघालेल्या बायकांचे वर्णन अतिशय जिवंत आणि एखाद्या चलत्‌चित्रांतल्याप्रमाणे वाटते. शेतामळ्याच्या परिसरात, येथल्या शेतकऱ्याला एखाद्या निसर्गोपासक कवीप्रमाणेच रमणीय काव्य अनुभवाला येते. 'उसाकडंच्या सारावर । गुलजार गार शेवरी । वरण्याचा वेल नेसून उभी । ही बुरखा घेतलेली नवरी' – 'शेवरीचं लगीन' या कवितेत वर्णिलेला लग्नसोहळा अपूर्व आहे. अव्याज मनाने डोलणाऱ्या 'फुलराणी'इतकीच ही 'शेवरी'ही मनाला मोहून टाकणारी आहे. 'दहिवरलं चांदणं । धुंद बांधाच्या गवतात । जरतारी वेण्या जशा । पैलवानाच्या जोड्यात.' चांदण्याला येथे दिलेली उपमा खास गावरान आणि म्हणून खरोखरच सुंदर आहे.

८६ । मळ्याची माती

प्राकृत कवींच्या गाथांतील सारा साधेपणा, सूचकता आणि सौंदर्य या संग्रहातील सर्व ग्रामीण गीतांत रसिकाला आढळल्यावाचून राहत नाही.

(महाराष्ट्र साहित्य पत्रिका; पुणे / जाने. फेब्रु. मार्च १९६१ या समालोचन खास अंकामधील 'कविता' (१९६० मधील) या दीर्घ लेखातून पृ. ५६-५७)

***

दोन
सर्वांगीण ग्रामीण जीवन रंगविणारा संग्रह

– प्रा. रा. वा. चिटणीस

मराठी साहित्यातील ग्रामीण कवितेचा इतिहास काही फारसा जुना नाही. कविवर्य भा. रा. तांबे, चंद्रशेखर, यशवंत, गिरीश यांचे या बाबतीतील अधूनमधून तुरळक प्रयत्न सोडल्यास, ग. ल. ठोकळ यांचा 'सुगी' हा ग्रामीण गीतांचा *(जानपद गीतांचा)* संग्रह हाच प्रथम संग्रह मानावा लागेल. १९३३ मध्ये हा संग्रह प्रसिद्ध झाला. पांडुरंग श्रावण गोरे, ग. ह. पाटील, नारखेडे, सोपानदेव चौधरी, वि. भि. कोलते इ. काही नावेही या क्षेत्रात झळकतात. पण ग्रामीण समाजाचे अंतरंग नैसर्गिक खुलावटीने अजून रंगविण्यात आले नाही, असे म्हणता येईल.

मराठी ग्रामीण कविता-क्षेत्रातील ही उणीव 'हिरवे जग' या श्री. आनंद यादवांच्या कवितासंग्रहाने थोड्याफार प्रमाणात भरून काढली आहे. या संग्रहात ग्रामीण जीवनाचे सर्व बाजूंनी यथार्थ व अस्सल अंतरंगदर्शन यादवांनी घडविले आहे. त्यांचे बालपण खेड्यात गेल्यामुळे त्यांच्या या कवितांना अनुभवाची धार आली आहे. त्यांचे निरीक्षणही सूक्ष्म असून त्यात कृत्रिमतेचा नितान्त अभाव आहे. खेड्यातील निसर्गाची रम्य – वास्तव चित्रे, प्रत्यक्ष शेतकी-जीवनातील कष्टकामांची हुबेहूब शब्दचित्रे, रूपकात्म वर्णनाने त्यांना चढलेला काव्यरसाचा सोनेरी मुलामा, अंतरंग-दर्शनाने रसिकांच्या अंत:करणाला होणारा भावस्पर्श, ग्रामीण जीवनातील प्रणयाचा उद्दामपणा व खेळकर निरोगीपणा या सर्वांमुळे, आकाराने लहान असूनही हा संग्रह सर्वांगसुंदर झाला आहे...

...निसर्गाचे सौंदर्य शब्दचित्रांत खुलविताना कवीने नाविन्य दाखविले आहे...

उत्कट प्रणयाची दृश्येही उत्कटपणे टिपली आहेत. प्रणयाबरोबरच शेतकरी जीवनातील दु:खाचाही परिचय या संग्रहातून सुटला नाही...

...काही नवीन कल्पनाविलासही मन आकर्षून घेतो...

मळ्याची माती । ८७

...खेड्यातील जीवनाचे – हिरव्या जगाचे – सर्वांगीण यथार्थ दर्शन, त्याच्या अंतरंगातील भावविश्व, त्याच्या आशाआकांक्षा आणि अभिमान, त्याच्या निराशा, त्याची दु:खे, त्याचा प्रणय या सगळ्या सगळ्या विश्वाचे दर्शन एवढ्याशा संग्रहात यादवांनी घडविले आहे, याबद्दल खरोखरच ते अभिनंदनास पात्र आहेत...

(२०।८।६१ च्या 'तरुण भारत', पुणे मधील परीक्षणातून.)

***

तीन
अस्सल मराठी जीवनाचे चित्र

— शिरीष पै

"नुसत्या अनुकरणातच अडकून बसलेल्या आणि वाढ खुंटलेल्या आजकालच्या अनेक कविता वाचताना मनाला जाणवणारा शिळेपणा, आनंद यादव यांच्या ताज्या दमदार कवितेने क्षणार्धात दूर झाल्यावाचून राहणार नाही. एकाएकी शेतमातीच्या गंधाने गुंगवून सोडणारी, बोरीबाभळीच्या रानातून भुलवत नेणारी त्यांची ग्रामीण कविता; 'हिरवे जग' हे सार्थ नाव धारण करूनच संग्रहरूपाने एकत्रित झाली आहे.

शेतात रात्रंदिवस राबणारा, निढळाच्या घामाने काळी आई भिजवणारा, आपले इमान खडतर दारिद्र्यातही सांभाळणारा शेतकरी, त्याची प्रेमळ, भोळी, कष्टाळू घरधनीण आणि त्यांच्या भोवतालचे हिरवे जग हेच आनंद यादव ह्यांच्या कवितेचे विश्व. त्यांची रांगडी बोली हीच यादवांच्या कवितेची भाषा. त्या बोलीतला खडेपणा त्यांनी जसाच्या तसा उचलून, आपल्या कवितेसाठी एक मुक्त, धावती, पण लयबद्ध रचना स्वीकारली आहे. तिच्यात गद्याचा कणखरपणा आहे आणि काव्यातले माधुर्यही आहे. बोलीभाषेतला जिवंतपणा आला आहे. इतका की; प्रत्येक कविता जणू श्री. यादव स्वत: आपणाला ऐकवताहेत की काय, असा भास व्हावा.

प्रत्येक कविता तिला लाभलेल्या गतीमुळे, तिच्या आटोपशीरपणामुळे, तिच्यातल्या जिव्हाळ्यामुळे, वाचताक्षणीच मनाचा ठाव घेणारी झाली आहे. श्री. यादव ह्यांना जे जीवन रंगवायचे आहे, ते जीवन म्हणजे अविरत श्रमांची एक हृदयस्पर्शी कहाणी आहे. अर्धपोटी राहून पोराच्या पोटासाठी घास काढून ठेवणाऱ्या कंगाल शेतकरी-राजाचे ते जीवन आहे.

...आपत्तीतून दिवस ढकलीत नेत असताना एकच वैभव ह्या दरिद्री शेतकरी-राजाच्या झोपडीत शिल्लक उरलेले असते आणि ते म्हणजे नवराबायकोचे एकमेकांवरचे

प्रेम. तेवढ्यातल्या तेवढ्यात ती एकमेकांना जपत असतात. एकमेकांनी असेल तो कणीकोंडा पोटभर खावा म्हणून एकमेकांची आर्जवे करतात.

कधी चांदणे पडते, कधी कणसे धरतात, कधी थंडीतली पहाट उगवते, कधी उन्हाळ्यात जमीन सुकू लागते आणि शेतकऱ्याला पावसाची ओढ लागते; ते सारे दिवस श्री. यादव ह्यांच्या कवितेत मूर्तिमंत उभे राहिलेले दिसतात. पावसाच्या आणभाकेतले कारुण्य आणि शेते पिकल्यावर फुललेला आनंद ते सारख्याच सराईतपणे टिपून घेतात. त्यांचा निसर्गही शेतकऱ्याचे जीवन जगत असताना दिसतो...

श्री. यादव यांच्या कवितेचे आणखी एक वैशिष्ट्य म्हणजे, त्यांच्या कवितेत निव्वळ कारुण्य किंवा निव्वळ आनंद नाही, तर दोहोंची सरमिसळ होऊन संपन्न झालेले अस्सल जीवनाचे संपूर्ण चित्र उभे केलेले दिसते. तेही अस्सल मराठी चित्र! मराठी कवितेच्या वैभवात आनंद यादव ह्यांनी नि:संशय श्रेयस्कर भर घातली आहे.''

(१५ ऑक्टोबर १९६१च्या 'नवयुग' (मुंबई)मधील परीक्षण-लेखांतून.)

***

चार
वेगळ्या जगात नेणारे 'हिरवे जग'

– श्री. व. ह. पिटके

''आनंद यादव यांच्या 'हिरवे जग' ह्या कवितासंग्रहाकडे वळल्यावर आपण एकदम दुसऱ्या जगात आल्यासारखे वाटते. त्यात अट्टाहास नाही, पोज नाही, सरळ साधी चित्रे. पण तीही विलोभनीय झाली आहेत...

कवीचे आणखी एक वैशिष्ट्य म्हणजे, त्याने आपल्या कवितांतून कष्टाळू खेडूतांचे जीवन त्यांच्याच बोलीत रंगविले आहे. जीवनाप्रमाणेच भाषाही अस्सल ग्रामीण...

गरिबीतील *(आसवं पचवून दाखवावयाचा)* कणखरपणा व समजूतदारपणा मनोरमपणे व्यक्त झाला आहे...

निसर्गावरही खेडूत जीवनातील रूपके करण्याचा कवीला लोभ दिसतो. त्याला आभाळाचं घोटीव खळं दिसतं. जोंधळ्याची मळणी चाललेली दिसते. पहाटे थंडीमुळे काकडल्यावर उगवतीला कुणी जाळ केल्याचा भास होतो... निसर्गचित्रे वेधक आहेत...

मळ्याची माती । ८९

असं आहे 'हिरव्या जगाचं' स्वरूप. आपल्या आजवरच्या ग्रामीण जीवनाबद्दलच्या कल्पनांना धक्का देणारं. काही वेगळी बाजू दाखविणारं..."

('वीणा' मासिक, मुंबई मधील परीक्षणातून उद्धृत.)

★★★

पाच

'आंतरविरोधात्मक जाणीव व्यक्त करणारी कविता'
– प्रा. विश्वास प्र. जहागिरदार (वसेकर)

"मळ्याची माती' (१९७८) या कवितासंग्रहात 'हिरवे जग'मधील कविता आणि त्यानंतरची कविता संग्रहित केली आहे. 'हिरवे जग' नंतर आनंद यादवांच्या संवेदनशीलतेमध्ये एक विकास झाला आहे. या परिवर्तनानंतरची त्यांची कविता अधिक व्यामिश्र झालेली आहे. 'हलग्या' ही एक विशुद्ध भावकविता. स्त्रीच्या ओढीने शरीर, मनात निर्माण झालेली एक तंद्री या कवितेत साकार होते. ही नाजूक भाववृत्ती साकार करताना सूक्ष्म, अर्थवाही शब्दप्रतिमा येतात. शब्दांच्या नादालाही एक प्रतिमापण प्राप्त करून दिले जाते. याच प्रकारे 'एक दीस', 'वनवासी बन', 'तू येताना', 'कारळातलं कडू' या कवितांमधूनही एक भाववृत्ती, एक Mood साकार होतो.

जिला स्थूलमानाने प्रेमकविता म्हणता येईल अशी सूक्ष्म भावकविताही या भागात आहे. परंतु विशुद्ध भाव-कवितेबरोबरच सगळ्या कवितांमधून आंतरविरोधात्मक जाणिवा येतात. सलग रोमँटिक अशा आधीच्या कवितेपेक्षा, ही कविता स्वत:मधीलच एक टप्पा ओलांडून श्रेष्ठ होऊ पाहणारी कविता आहे. 'उभ्या उभ्या' या कवितेत प्रेयसीचं येणं, थांबणं आणि मनस्वीपणे 'पाण्याला भवरा पडल्यावाणी', आपले दुखरे मनोगत व्यक्त करणं. अशा आंतरविरोधात्मक जाणिवांमधून कवितेचा घाट घडविला जातो...

आंतरविरोधात्मक जाणीव 'शिवळेचा फास', 'गाडी', 'मेली ! बरं झालं !' 'मी बघ्या पाव्हणा' या आणि नंतरच्या सगळ्याच कवितांमधून येते...

आनंद यादवांच्या संवेदनशीलतेमधील आणखी एक परिवर्तन 'मळ्याची माती' मधील शेवटच्या कवितांमधून जाणवते. मातीपासून – खेड्यापासून दुरावत जातो आहोत या विचाराने दुभंगून गेलेल्या मनाची प्रतिक्रिया, 'मळ्याची माती', 'मी बघ्या पाव्हणा' या कवितांमधून येते. शरीराने आपल्या 'मळ्याची माती',पासून दूर असलेला हा कवी मनाने तिथेच रेंगाळतो आहे आणि कल्पनेने त्या मातीच्या

९० । मळ्याची माती

चैतन्याचा, वात्सल्याचा आपल्याबद्दलचा उमाळा लक्षात घेतो आहे... या कवितेत येणाऱ्या संपूर्ण प्रतिमा आंतरविरोधात्मक, तुटलेपणाची, परकेपणाची जाणीव व्यक्त करतात. 'बघ्या' आणि 'पाव्हणा' या दोन्ही प्रतिमांमध्ये तटस्थपणा, दूरस्थपणा, औपचारिकता, परकेपणा, तुटलेपणा या सगळ्या अर्थच्छटा व्यक्त झाल्या आहेत.

'मळ्याची माती' मधील आनंद यादवांची कविता हा मराठी साहित्यातील; ग्रामीण संवेदनशीलतेच्या कविता, या प्रकारातील आविष्कारांमधला एक मैलाचा दगड आहे.''

(महाराष्ट्र साहित्य पत्रिका, पुणे 'ग्रामीण साहित्य विशेषांक'. जुलै-डिसेंबर १९८० मधील 'मराठी ग्रामीण कविता' या लेखातून)

✳✳✳

Contact : ℂ 020-24476924 / 24460313
Website : www.mehtapublishinghouse.com
info@mehtapublishinghouse.com
production@mehtapublishinghouse.com
sales@mehtapublishinghouse.com

All rights reserved. No part of this publication may be reproduced, stored in a
retrieval system or transmitted, in any form or by any means, without the prior
written consent of the publisher and the licence holder. Regarding the translations
rights of this book in any language please contact us at **Mehta Publishing House,**
1941, Madiwale Colony, Sadashiv Peth, Pune 411 030

www.ingramcontent.com/pod-product-compliance
Lightning Source LLC
LaVergne TN
LVHW020004230825
819400LV00033B/987

* 9 7 8 8 1 7 1 6 1 2 6 4 2 *